HƯỚNG DẪN HOÀN TOÀN ĐỂ CHUẨN BỊ BỮA ĂN LÀNH MẠNH

100 CÔNG THỨC NẤU ĂN ĐƠN GIẢN VÀ NGON MIỆNG MỖI NGÀY

Trinh Quỳnh

Tuyên bố miễn trừ trách nhiệm

Thông tin trong Sách điện tử này nhằm mục đích phục vụ như một tập hợp toàn diện các chiến lược mà tác giả của Sách điện tử này đã thực hiện nghiên cứu. Tóm tắt, chiến lược, mẹo và thủ thuật chỉ là đề xuất của tác giả và việc đọc Sách điện tử này sẽ không đảm bảo rằng kết quả của bạn sẽ phản ánh chính xác kết quả của tác giả. Tác giả của sách điện tử đã thực hiện mọi nỗ lực hợp lý để cung cấp thông tin cập nhật và chính xác cho người đọc sách điện tử. Tác giả và các cộng sự của ông sẽ không chịu trách nhiệm về bất kỳ sai sót hoặc thiếu sót vô ý nào có thể được tìm thấy. Tài liệu trong Sách điện tử có thể bao gồm thông tin của bên thứ ba. Tài liệu của bên thứ ba bao gồm các ý kiến do chủ sở hữu bày tỏ. Do đó, tác giả của Sách điện tử không chịu trách nhiệm hoặc nghĩa vụ pháp lý đối với bất kỳ tài liệu hoặc ý kiến của bên thứ ba nào. Cho dù do sự phát triển của Internet hay do những thay đổi không lường trước được trong chính sách của công ty và nguyên tắc gửi bài xã luận, những gì được nêu là thực tế tại thời điểm viết bài này có thể trở nên lỗi thời hoặc không thể áp dụng được sau này.

MỤC LỤC

GIỚI THIỆU

Chuẩn bị bữa ăn là vũ khí bí mật của tất cả những người nổi tiếng có vóc dáng cân đối dễ dàng đi khắp LA — đó là điều mà nhiều đầu bếp tư nhân hàng đầu làm để giúp khách hàng của họ đi đúng hướng và vui vẻ.

Việc chuẩn bị bữa ăn giúp bạn dễ dàng có được một bữa ăn nguyên hạt, có khẩu phần hoàn hảo, ít calo trong tầm tay bất kỳ lúc nào. Bằng cách chuẩn bị bữa ăn vào cuối tuần và chia bữa ăn thành các phần vừa phải, kiểm soát lượng calo, bạn sẽ dễ dàng có được bát bibimbap Hàn Quốc đã được chuẩn bị sẵn vào một buổi tối bận rộn trong tuần cũng như việc mua một phiên bản chứa đầy natri hoặc mua ở cửa hàng. phiên bản mang đi, có hàm lượng calo cao.

BỮA SÁNG

1. Burritos ăn sáng tủ đông

Mang lại 12 chiếc burritos

Thành phần

- $\frac{1}{2}$ cốc (80g) hành tây cắt nhỏ
- 1 cốc (70g) nấm thái hạt lựu
- 2 cốc (80g) rau bina cắt nhỏ
- 2 cốc trứng (480g) gia vị taco (gói hoặc tự làm)
- 1 cốc (100g) cà chua thái hạt lựu
- 12-16 gam. (340-450g) gà tây/xúc xích nấu chín
- 12 bánh ngô (low-carb, ngũ cốc nảy mầm và lúa mì nguyên hạt đều là những lựa chọn ăn nhẹ tuyệt vời)
- phô mai ít béo, tùy chọn

Hướng

a) Xào hành tây trong một ít xịt nấu ăn cho đến khi trong và mềm, chỉ trong vài phút. Thêm nấm và rau bina. Để rau bina héo.

b) Đánh trứng và lòng trắng trứng với nhau. Đổ trứng vào chảo đun nóng và đánh trứng cho đến khi chín.

c) Thêm thịt, gia vị taco và cà chua vào, khuấy đều để hòa quyện và phủ lên.

d) Đổ hỗn hợp vào bánh ngô và phủ một ít phô mai ít béo lên trên nếu muốn.

e) Gấp bánh ngô thành bánh burritos, nhét vào các bên để phần nhân được bao kín hoàn toàn và bọc trong màng bọc thực phẩm để giữ nguyên hình dạng. Đông cứng!

f) Khi đã sẵn sàng thưởng thức, hãy hâm nóng lại trong lò vi sóng khoảng 1-2 phút, quay nửa chừng.

2. Yến mạch qua đêm

Năng suất 1 mùa xuân

Thành phần

- $\frac{1}{2}$ cốc (40g) yến mạch (loại nào cũng được!)
- $\frac{1}{2}$ cốc (120mL) sữa hạnh nhân (hoặc sữa tùy chọn)
- 1 muỗng bột protein sô cô la (tùy chọn)
- $\frac{1}{4}$ cốc (75g) chuối nghiền
- 2 thìa sữa chua Hy Lạp
- 1 muỗng canh bơ đậu phộng
- stevia, mật ong hoặc chất làm ngọt tùy theo sở thích

Hướng

a) Kết hợp tất cả các thành phần trong một cái lọ, điều chỉnh độ ngọt và kết cấu cho vừa ăn.

b) Đặt bình vào tủ lạnh qua đêm hoặc ít nhất 4 giờ.

c) Lấy ra khỏi tủ lạnh và thưởng thức đồ lạnh!

d) Nên làm trước 5 ngày và bảo quản trong tủ lạnh.

3. Bữa sáng chay nướng

Mang lại 12 phần ăn

Thành phần

- 1 cốc (160g) hành tây, xắt nhỏ
- 1 muỗng canh tỏi băm
- 4 oz. (115g) nấm thái lát
- 1 gói rau chân vịt đông lạnh, hoặc 1 túi tươi (254g)
- 1 10 oz. (280g) túi bông cải xanh đông lạnh, rã đông
- 4 lát (112g) lúa mì nguyên hạt hoặc bánh mì ngũ cốc nảy mầm, cắt thành khối (khoảng ½")
- 4 quả trứng
- 3 cốc (720g) lòng trắng trứng/người thay thế
- 2 cốc (480 mL) sữa hạnh nhân
- ½ cốc (60g) phô mai Thụy Sĩ
- ½ thìa hạt nhục đậu khấu
- ¾ thìa cà phê muối (tuỳ khẩu vị)
- ½ muỗng cà phê tiêu (tuỳ khẩu vị)
- ½ cốc (60g) phô mai cheddar ít béo

Hướng

a) Xào hành, tỏi, nấm và rau bina trong chảo bằng bình xịt nấu ăn (bạn có thể dùng dầu nhưng dữ liệu dinh dưỡng sẽ khác). Kết hợp với bông cải xanh đã rã đông. Để qua một bên.

b) Trải các khối bánh mì lên trên khay nướng.

c) Đánh đều trứng, lòng trắng/lòng trắng trứng thay thế, sữa hạnh nhân, phô mai Thụy Sĩ, nhục đậu khấu, muối và tiêu.

d) Xếp rau lên trên bánh mì, duy trì 2 lớp theo khả năng tốt nhất của bạn.

e) Đổ hỗn hợp trứng lên toàn bộ đĩa nướng, phủ kín cả hai lớp bánh mì/rau.

f) Đậy nắp và để lạnh qua đêm (khoảng 8 tiếng).

g) Vào buổi sáng, làm nóng lò ở nhiệt độ 350F (180C). Phủ phô mai cheddar lên mặt nướng. Nướng trong 50-60 phút, cho đến khi phô mai bắt đầu chuyển sang màu nâu và trứng chín.

h) Ăn nóng, để dành để hâm nóng hoặc thưởng thức đồ nguội sau này!

i) Bảo quản ngăn mát tủ lạnh 5 ngày, ngăn đông 3-4 tháng.

4. Bánh mì ăn sáng đông lạnh

Mang lại 6 chiếc bánh sandwich

Thành phần

- 1 $\frac{1}{2}$ cốc trứng (360g) hoặc lòng trắng trứng/thay thế, nêm muối và tiêu
- 6 bánh nướng xốp kiểu Anh (làm từ lúa mì nguyên hạt hoặc ngũ cốc nảy mầm)
- 12 lát thịt gà hoặc giăm bông
- 6 lát phô mai cheddar thái lát mỏng

Hướng

a) Làm nóng lò ở nhiệt độ 375F (190C).

b) Xịt 6 chiếc ramekin nhỏ bằng bình xịt nấu ăn và đổ $\frac{1}{4}$ cốc (60g) hỗn hợp trứng vào mỗi chiếc. Nướng trong 15-20 phút, cho đến khi chín hoàn toàn. Đặt sang một bên và để nguội.

c) Sau khi chạm vào đã nguội, hãy lắp ráp bánh sandwich. Đặt trứng lên trên đế bánh muffin kiểu Anh, tiếp theo là 2 lát thịt nguội, 1 lát phô mai cheddar mỏng và mặt trên của bánh muffin.

d) Bọc trong màng bọc thực phẩm và chuyển vào túi nhựa lớn hơn hoặc hộp đựng bằng nhựa.

5. Bánh nướng xốp mini hạt chuối

Mang lại 24 bánh nướng xốp nhỏ

Thành phần

- 2 quả chuối, nghiền
- 1 quả trứng
- $\frac{3}{4}$ cốc (60g) bột yến mạch
- 2 muỗng canh bơ đậu phộng
- 1 thìa cà phê vani
- $\frac{3}{4}$ muỗng cà phê bột nở
- $\frac{1}{2}$ muỗng cà phê quế
- 1-2 muỗng canh stevia hoặc chất làm ngọt dạng hạt tùy theo sở thích
- $\frac{1}{4}$ cốc (30g) quả óc chó nghiền nát, cộng thêm để phủ lên trên nếu muốn

Hướng

a) Làm nóng lò ở nhiệt độ 375F (190C).

b) Trộn tất cả các thành phần lại với nhau, kết hợp tốt. Điều chỉnh độ ngọt theo khẩu vị - chuối là chất làm ngọt tự nhiên tuyệt vời nên bạn có thể không cần nhiều!

c) Chuyển sang khuôn làm bánh muffin mini đã được xịt xịt nấu ăn, đổ đầy khoảng $\frac{3}{4}$ khuôn.

d) Nướng trong vòng 10-12 phút, cho đến khi tăm rút ra sạch sẽ và có màu nâu vàng nhạt.

e) Để nguội một chút trước khi lấy ra khỏi chảo và thưởng thức!

f) Bảo quản ngăn mát tủ lạnh 1 tuần, ngăn đông 2-3 tháng.

6. Bánh mì nướng nhân thịt Thổ Nhĩ Kỳ

Mang lại 24 bánh nướng xốp thịt nhỏ

Thành phần

- 20 oz. (600g) ức gà tây xay thêm nạc
- ½ cốc (120g) lòng trắng trứng
- ½ cốc (40g) yến mạch
- 1 muỗng cà phê mù tạt vàng
- 1 thìa cà phê mù tạt Dijon
- 1 cốc (40g) rau bina cắt nhỏ
- ½ cốc (80g) hành tây
- ¼ cốc (45g) ớt chuông đỏ
- ¼ cốc (25g) cần tây
- 1 thìa cà phê tỏi băm
- ½ muỗng cà phê bột tỏi muối và hạt tiêu cho vừa ăn

Hướng

a) Làm nóng lò ở nhiệt độ 350F (180C).

b) Trộn tất cả nguyên liệu vào một cái bát.

c) Chia hỗn hợp thịt vào khuôn bánh muffin nhỏ có xịt xịt nấu ăn - dụng cụ múc bánh quy 1 muỗng canh có tác dụng phân phối tốt.

d) Nướng trong khoảng 15-20 phút.

e) Bảo quản ngăn mát tủ lạnh 5 ngày, ngăn đông 3-4 tháng.

7. Salad đậu Salsa

Sản lượng khoảng 8 cốc

Thành phần

- 1 15 oz. lon (425g) đậu đen, để ráo nước/rửa sạch
- 1 15 oz. lon (425g) đậu garbanzo hoặc đậu trắng, để ráo nước/rửa sạch
- 1 15 oz. lon (425g) ngô vàng, để ráo nước/rửa sạch
- 1 10 oz. lon (280g) cà chua và ớt thái hạt lựu
- 1 muỗng canh tỏi băm
- ½ cốc (115g) hành lá cắt nhỏ
- 2 muỗng canh rau mùi
- ½ cốc (240 mL) nước xốt mojo

Hướng

a) Trộn tất cả các thành phần với nhau trong một cái bát.

b) Để nguội trong tủ lạnh trong vài giờ.

c) Kéo dài đến một tuần trong tủ lạnh.

8. Frittata đóng gói chay

Mang lại 1 khẩu phần

Thành phần

- 1-2 cốc (180-360g) rau củ thái hạt lựu
- $\frac{1}{2}$ cốc (20g) rau bina, xắt nhỏ
- $\frac{3}{4}$ cốc (180g) lòng trắng trứng với muối và hạt tiêu
- Salsa để phủ lên trên

Hướng

a) Làm nóng lò trước để nướng.

b) Đun nóng chảo lớn trên lửa vừa cao. Xịt bằng bình xịt nấu ăn không dính.

c) Thêm rau và rau bina. Xào trong chảo khoảng 3-5 phút cho đến khi rau mềm và rau bina héo.

d) Đổ hỗn hợp trứng vào chảo. Cho phép thiết lập đáy (3-4 phút). Sử dụng thìa của bạn để đi xung quanh chu vi của fritt ata và nhấc quả trứng đã đặt lên .

e) đặt chảo vào gà thịt trong 3 phút.

f) Cẩn thận lấy ra và bày ra đĩa. Cắt và phục vụ với salsa!

9. Bữa sáng kiểu Mỹ

Thành phần

- Khoai tây nâu đỏ 12 ounce, thái hạt lựu
- 3 muỗng canh dầu ô liu, chia
- 2 tép tỏi, băm nhỏ
- ½ muỗng cà phê húng tây khô
- Muối Kosher và hạt tiêu đen mới xay, vừa ăn
- 8 quả trứng lớn, đánh nhẹ
- ¼ chén hỗn hợp phô mai Mexico ít béo cắt nhỏ
- 4 lát thịt xông khói
- Bông cải xanh 12 ounce (2 đến 3 cốc)

Hướng

a) Làm nóng lò ở nhiệt độ 400 độ F. Thoa nhẹ dầu lên khay nướng hoặc phủ một lớp xịt chống dính.

b) Trên khay nướng đã chuẩn bị sẵn, trộn khoai tây với 1 thìa dầu ô liu, tỏi và húng tây; Nêm với muối và hạt tiêu. Sắp xếp trong một lớp duy nhất. Nướng trong 25 đến 30 phút, cho đến khi có màu vàng nâu và giòn; để qua một bên.

c) Đun nóng 2 thìa dầu ô liu còn lại trong chảo lớn trên lửa vừa cao. Thêm trứng và đánh cho đến khi chúng bắt đầu đông lại.

Nêm muối và hạt tiêu và tiếp tục nấu cho đến khi đặc lại và không còn thấy trứng lỏng, từ 3 đến 5 phút. Phủ phô mai lên trên, chuyển vào tô và đặt sang một bên.

d) Thêm thịt xông khói vào chảo và nấu cho đến khi có màu nâu và giòn, từ 6 đến 8 phút. Chuyển sang đĩa có lót khăn giấy.

e) Trong khi đó, đặt bông cải xanh vào nồi hấp hoặc chao đặt trên chảo nước sôi khoảng 1 inch. Đậy nắp và hấp trong 5 phút hoặc cho đến khi chín mềm và có màu xanh sống động.

f) Chia khoai tây, trứng, thịt xông khói và bông cải xanh vào các hộp đựng chuẩn bị bữa ăn. Sẽ bảo quản trong tủ lạnh từ 3 đến 4 ngày. Hâm nóng lại trong lò vi sóng trong khoảng thời gian 30 giây cho đến khi nóng hoàn toàn.

10. Ăn sáng khoai lang nhồi

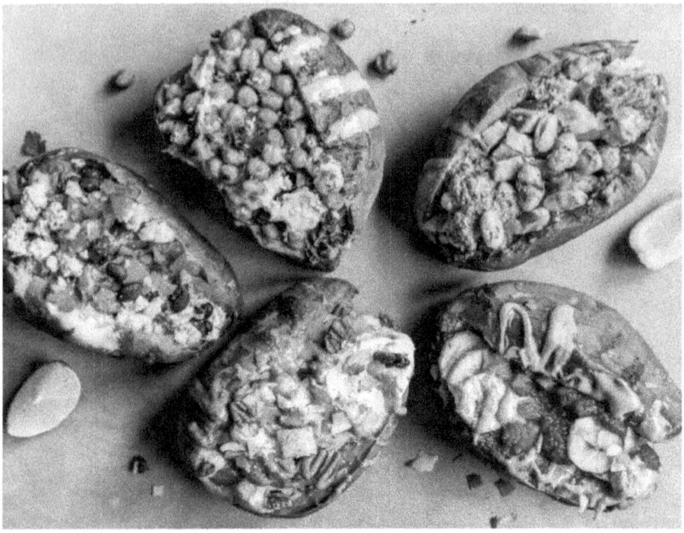

Thành phần

- 2 củ khoai lang vừa
- 1 muỗng canh dầu ô liu
- 2 muỗng canh ớt chuông đỏ thái hạt lựu
- 1 tép tỏi, băm nhỏ
- ½ muỗng cà phê ớt đỏ nghiền nát
- 4 chén rau chân vịt non
- 4 quả trứng lớn, đánh nhẹ
- 1 thìa cà phê gia vị Ý
- Muối Kosher và hạt tiêu đen mới xay, vừa ăn
- ½ chén phô mai cheddar ít béo cắt nhỏ
- 1 muỗng canh hẹ tươi xắt nhỏ (tùy chọn)

Hướng

a) Làm nóng lò ở nhiệt độ 400 độ F. Đặt khoai tây lên khay nướng và nướng trong 45 phút đến 1 giờ, cho đến khi chúng mềm và dễ dàng đâm thủng bằng nĩa. Hãy ngồi cho đến khi đủ mát để xử lý. Đừng tắt lò.

b) Cắt đôi củ khoai tây theo chiều ngang, sau đó cẩn thận múc phần giữa của mỗi nửa, để lại khoảng $\frac{1}{2}$ inch khoai tây trên vỏ. Dự trữ thịt cho mục đích sử dụng khác.

c) Đun nóng dầu ô liu trong chảo lớn trên lửa vừa cao. Thêm ớt chuông vào và nấu, khuấy thường xuyên cho đến khi mềm, từ 3 đến 4 phút. Khuấy tỏi và ớt đỏ, sau đó cho rau bina vào và khuấy đều cho đến khi héo, từ 2 đến 3 phút. Thêm trứng và gia vị Ý; nấu, thỉnh thoảng khuấy bằng thìa, cho đến khi vừa chín, từ 2 đến 3 phút; nêm muối và hạt tiêu cho vừa ăn.

d) Thêm hỗn hợp trứng vào vỏ khoai tây và rắc phô mai. Đặt trở lại khay nướng và nướng trong lò 400 độ trong 5 phút hoặc cho đến khi phô mai tan chảy.

e) Chia từng phần vào hộp đựng đồ chuẩn bị bữa ăn. Sẽ bảo quản trong tủ lạnh từ 3 đến 4 ngày. Hâm nóng lại trong lò vi sóng trong khoảng thời gian 30 giây cho đến khi nóng hoàn toàn. Trang trí với lá hẹ nếu muốn và thưởng thức.

11. Bánh kếp sữa chua yến mạch việt quất

Thành phần

- ½ cộng với ⅓ chén bột mì trắng
- ½ chén yến mạch cán kiểu cũ
- 1 ½ muỗng cà phê đường
- ½ muỗng cà phê bột nở
- ½ muỗng cà phê baking soda
- ¼ thìa cà phê muối kosher
- ¾ cốc sữa chua Hy Lạp
- ½ cốc sữa 2%
- 1 muỗng cà phê dầu ô liu
- 1 trứng lớn
- ½ cốc quả việt quất
- 12 quả dâu tây, thái lát mỏng
- 2 quả kiwi, gọt vỏ và thái lát mỏng
- ¼ cốc xi-rô cây phong

Hướng

a) Làm nóng trước vỉ nướng chống dính ở nhiệt độ 350 độ F hoặc làm nóng chảo chống dính trên lửa vừa cao. Phủ nhẹ vỉ nướng hoặc chảo bằng bình xịt chống dính.

b) Trong một tô lớn, trộn bột mì, yến mạch, đường, bột nở, baking soda và muối. Trong một cốc đo thủy tinh lớn hoặc một cái bát khác, đánh đều sữa chua, sữa, dầu ô liu và trứng. Đổ hỗn hợp ướt lên các nguyên liệu khô và khuấy bằng thìa cao su cho đến khi ẩm. Thêm quả việt quất vào và trộn nhẹ nhàng để kết hợp.

c) Làm theo từng mẻ, múc ⅓ cốc bột cho mỗi chiếc bánh lên vỉ nướng và nấu cho đến khi xuất hiện bong bóng ở mặt trên và mặt dưới có màu nâu đẹp mắt, khoảng 2 phút. Lật và nấu bánh kếp ở mặt còn lại, lâu hơn từ 1 đến 2 phút.

d) Chia bánh kếp, dâu tây, kiwi và xi-rô cây phong vào các hộp đựng chuẩn bị bữa ăn. Sẽ bảo quản trong tủ lạnh từ 3 đến 4 ngày. Để hâm nóng lại, đặt vào lò vi sóng trong khoảng thời gian 30 giây cho đến khi nóng hoàn toàn.

12. Bát ăn sáng hình Phật

Thành phần

- 2 cốc nước luộc rau có hàm lượng natri thấp
- 1 chén gạo lứt
- $\frac{1}{4}$ cốc Parmesan mới bào
- 1 muỗng cà phê húng tây khô
- Muối Kosher và hạt tiêu đen mới xay, vừa ăn
- 1 chén cải Brussels
- 1 cốc cà chua bi
- 8 ounce nấm cremini
- 2 muỗng canh dầu ô liu
- 3 tép tỏi, băm nhỏ
- 1 thìa cà phê gia vị Ý
- 4 quả trứng lớn
- 2 muỗng canh hẹ tươi xắt nhỏ (tùy chọn)

Hướng

a) Trong một nồi lớn đựng rau củ, nấu cơm theo hướng dẫn trên bao bì. Khuấy phô mai Parmesan và húng tây rồi nêm muối và hạt tiêu cho vừa ăn.

b) Làm nóng lò ở nhiệt độ 400 độ F. Thoa nhẹ dầu lên khay nướng hoặc phủ một lớp xịt chống dính.

c) Trên khay nướng đã chuẩn bị sẵn, kết hợp cải Brussels, cà chua và nấm với dầu ô liu, tỏi và gia vị Ý; Nêm với muối và hạt tiêu. Nhẹ nhàng quăng để kết hợp và sắp xếp trong một lớp duy nhất. Nướng trong 13 đến 14 phút, cho đến khi mầm mềm.

d) Trong khi đó, đặt trứng vào nồi nhỏ và phủ nước lạnh khoảng 1 inch. Đun sôi và nấu trong 1 phút. Đậy chảo bằng nắp đậy kín và tắt bếp; để yên trong 5 đến 6 phút. Rửa trứng dưới nước lạnh trong 30 giây để ngừng nấu. Gọt vỏ và cắt làm đôi.

e) Chia cơm vào các hộp đựng chuẩn bị bữa ăn. Phủ cải Brussels, cà chua, nấm và trứng lên trên và trang trí bằng hẹ nếu muốn. Sẽ bảo quản trong tủ lạnh từ 2 đến 3 ngày. Hâm nóng lại trong lò vi sóng trong khoảng thời gian 30 giây cho đến khi nóng hoàn toàn.

13. Bánh pudding hạt chia Mason jar

Thành phần

- $1\frac{1}{4}$ cốc sữa 2%
- 1 cốc sữa chua Hy Lạp nguyên chất 2%
- $\frac{1}{2}$ cốc hạt chia
- 2 thìa mật ong
- 2 thìa đường
- 1 muỗng canh vỏ cam
- 2 muỗng cà phê chiết xuất vani
- $\frac{3}{4}$ cốc cam cắt múi
- $\frac{3}{4}$ cốc quýt cắt múi
- $\frac{1}{2}$ chén bưởi cắt múi

Hướng

a) Trong một tô lớn, trộn sữa, sữa chua Hy Lạp, hạt chia, mật ong, đường, vỏ cam, vani và muối cho đến khi hòa quyện.

b) Chia đều hỗn hợp vào bốn lọ thủy tinh (16 ounce). Làm lạnh qua đêm, hoặc tối đa 5 ngày.

c) Dùng lạnh, phủ cam, quýt và bưởi.

14. Pudding chanh chia cầu vồng

Thành phần

- $1\frac{1}{4}$ cốc sữa 2%
- 1 cốc sữa chua Hy Lạp nguyên chất 2%
- $\frac{1}{2}$ cốc hạt chia
- 2 thìa mật ong
- 2 thìa đường
- 2 thìa cà phê vỏ chanh
- 2 muỗng canh nước cốt chanh mới vắt
- 1 muỗng cà phê chiết xuất vani
- 1 cốc dâu tây và quả việt quất xắt nhỏ
- $\frac{1}{2}$ cốc xoài thái hạt lựu và $\frac{1}{2}$ cốc kiwi thái hạt lựu

Hướng

a) Trong một tô lớn, trộn đều sữa, sữa chua, hạt chia, mật ong, đường, vỏ chanh, nước cốt chanh, vani và muối cho đến khi hòa quyện.

b) Chia đều hỗn hợp vào bốn lọ thủy tinh (16 ounce). Đậy nắp và để lạnh qua đêm, hoặc tối đa 5 ngày.

c) Ăn lạnh, phủ dâu tây, xoài, kiwi và quả việt quất.

15. Pudding dừa nhiệt đới

Thành phần

- 1 lon nước cốt dừa (13,5 ounce)
- 1 cốc sữa chua Hy Lạp nguyên chất 2%
- ½ cốc hạt chia
- 2 thìa mật ong
- 2 thìa đường
- 1 muỗng cà phê chiết xuất vani
- Một chút muối kosher
- 1 cốc xoài thái hạt lựu
- 1 cốc dứa thái hạt lựu
- 2 muỗng canh dừa vụn

Hướng

a) Trong một tô lớn, trộn đều nước cốt dừa, sữa chua, hạt chia, mật ong, đường, vani và muối cho đến khi hòa quyện.

b) Chia đều hỗn hợp vào bốn lọ thủy tinh (16 ounce). Đậy nắp và để lạnh qua đêm, hoặc tối đa 5 ngày.

c) Ăn nguội, phủ xoài, dứa và rắc dừa.

16. Yến mạch phô mai chanh việt quất

Thành phần

- $\frac{1}{4}$ cốc sữa chua Hy Lạp không béo
- 2 thìa sữa chua việt quất
- $\frac{1}{4}$ cốc quả việt quất
- 1 muỗng cà phê vỏ chanh bào
- 1 thìa cà phê mật ong

Hướng

a) Kết hợp yến mạch và sữa trong bình thủy tinh nặng 16 ounce; đầu với lớp phủ mong muốn.

b) Để lạnh qua đêm hoặc tối đa 3 ngày; Phục vụ lạnh.

17. Bánh mì sừng bò ăn sáng

Thành phần

- 1 muỗng canh dầu ô liu
- 4 quả trứng lớn, đánh nhẹ
- Muối Kosher và hạt tiêu đen mới xay, vừa ăn
- 8 chiếc bánh sừng bò nhỏ, cắt đôi theo chiều ngang
- 4 ounce giăm bông thái lát mỏng
- 4 lát phô mai cheddar, giảm một nửa

Hướng

a) Đun nóng dầu ô liu trong chảo lớn trên lửa vừa cao. Thêm trứng vào và nấu, khuấy nhẹ bằng silicone hoặc thìa chịu nhiệt cho đến khi trứng bắt đầu đông lại; Nêm với muối và hạt tiêu. Tiếp tục nấu cho đến khi đặc lại và không còn thấy trứng lỏng, từ 3 đến 5 phút.

b) Đổ đầy trứng, giăm bông và phô mai vào bánh sừng bò để làm 8 chiếc bánh sandwich. Bọc chặt trong màng bọc thực phẩm và để đông trong tối đa 1 tháng.

c) Để hâm nóng lại, hãy tháo màng bọc thực phẩm ra khỏi bánh sandwich đông lạnh và bọc trong khăn giấy. Lò vi sóng, lật nửa chừng, trong 1 đến 2 phút, cho đến khi nóng hoàn toàn.

18. Yến mạch nấm tỏi

Thành phần

- 2 chén yến mạch cán kiểu cũ
- Muối Kosher và hạt tiêu đen mới xay, vừa ăn
- 1 muỗng canh dầu ô liu
- 4 tép tỏi, băm nhỏ
- $\frac{1}{4}$ chén hẹ thái hạt lựu
- 8 ounce nấm cremini, thái lát mỏng
- $\frac{1}{2}$ chén đậu Hà Lan đông lạnh
- 1 muỗng cà phê húng tây khô
- $\frac{1}{2}$ muỗng cà phê hương thảo khô
- 2 chén rau chân vịt non
- Vỏ bào của 1 quả chanh
- $\frac{1}{4}$ cốc Parmesan mới bào (tùy chọn)

Hướng

a) Cho yến mạch, 3 $\frac{1}{2}$ cốc nước và một chút muối vào nồi nhỏ trên lửa vừa. Nấu, thỉnh thoảng khuấy cho đến khi yến mạch mềm, khoảng 5 phút.

b) Đun nóng dầu ô liu trong chảo lớn trên lửa vừa cao. Thêm tỏi và hẹ vào nấu, khuấy thường xuyên cho đến khi có mùi thơm, khoảng 2 phút. Thêm nấm, đậu Hà Lan, húng tây và hương thảo vào nấu, thỉnh thoảng khuấy cho đến khi mềm và có màu nâu, từ 5 đến 6 phút; Nêm với muối và hạt tiêu. Khuấy rau bina cho đến khi héo, khoảng 2 phút.

c) Khuấy yến mạch và vỏ chanh vào rau cho đến khi hòa quyện. Chia hỗn hợp vào các hộp đựng chuẩn bị bữa ăn và trang trí với Parmesan nếu muốn. Làm lạnh tối đa 3 ngày.

d) Để phục vụ, khuấy với tối đa $\frac{1}{4}$ cốc nước, mỗi lần 1 muỗng canh, cho đến khi đạt được độ đặc mong muốn. Sau đó, bột yến mạch có thể được hâm nóng lại trong lò vi sóng trong khoảng thời gian 30 giây cho đến khi nóng hoàn toàn.

19. PB-Bát ăn sáng bột yến mạch

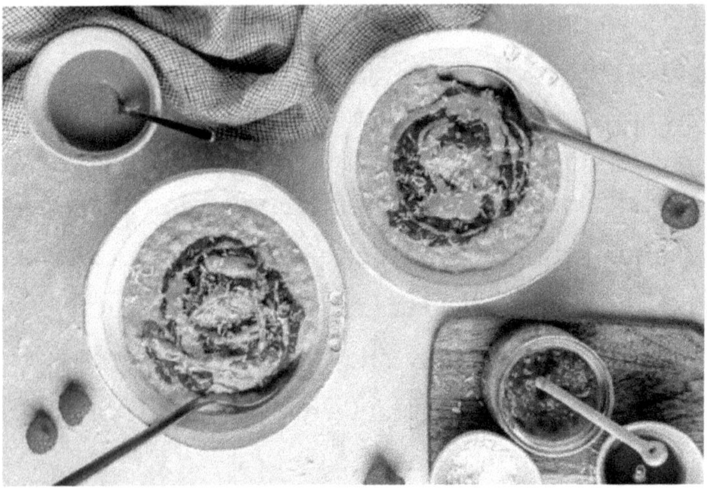

Thành phần

- ½ chén yến mạch cán kiểu cũ
- Một chút muối kosher
- 2 thìa quả mâm xôi
- 2 muỗng canh quả việt quất
- 1 muỗng canh hạnh nhân cắt nhỏ
- ½ muỗng cà phê hạt chia
- 1 quả chuối, thái lát mỏng
- 2 muỗng cà phê bơ đậu phộng, hâm nóng

Hướng

a) Kết hợp 1 cốc nước, yến mạch và muối vào nồi nhỏ. Nấu trên lửa vừa, thỉnh thoảng khuấy cho đến khi yến mạch mềm, khoảng 5 phút.

b) Thêm bột yến mạch vào hộp đựng chuẩn bị bữa ăn. Phủ quả mâm xôi, quả việt quất, hạnh nhân, hạt chia và chuối lên trên, rồi rưới bơ đậu phộng ấm. Đậy kín để tủ lạnh được 3 đến 4 ngày.

c) Bột yến mạch có thể được phục vụ lạnh hoặc hâm nóng. Hâm nóng lại trong lò vi sóng trong khoảng thời gian 30 giây cho đến khi nóng hoàn toàn.

20. Bánh quế giàu protein

Thành phần

- 6 quả trứng lớn
- 2 cốc phô mai
- 2 chén yến mạch cán kiểu cũ
- ½ muỗng cà phê chiết xuất vani
- Một chút muối kosher
- 3 cốc sữa chua nguyên chất không béo
- 1 ½ cốc quả mâm xôi
- 1 ½ cốc quả việt quất

Hướng

a) Làm nóng trước bàn ủi bánh quế ở mức trung bình cao. Bôi nhẹ dầu lên mặt trên và mặt dưới của bàn ủi hoặc phủ bằng bình xịt chống dính.

b) Cho trứng, phô mai, yến mạch, vani và muối vào máy xay và xay cho đến khi mịn.

c) Đổ một ít ½ cốc hỗn hợp trứng vào khuôn làm bánh quế, đóng nhẹ và nấu cho đến khi có màu vàng nâu và giòn, từ 4 đến 5 phút.

d) Đặt bánh quế, sữa chua, quả mâm xôi và quả việt quất vào hộp đựng chuẩn bị bữa ăn.

21. Thanh bánh mì tròn cá hồi hun khói

Thành phần

- ¼ cốc ⅓ - phô mai kem ít béo, ở nhiệt độ phòng
- 1 củ hành xanh, thái lát mỏng
- 1 muỗng canh thì là tươi xắt nhỏ
- 1 muỗng cà phê vỏ chanh bào
- ¼ thìa cà phê bột tỏi
- 4 bánh mì tròn làm từ lúa mì nguyên hạt
- 8 ounce cá hồi hun khói
- ½ cốc dưa chuột Anh thái lát mỏng
- ½ chén hành đỏ thái mỏng
- 2 quả cà chua mận, thái lát mỏng
- 4 muỗng cà phê nụ bạch hoa, để ráo nước và rửa sạch

Hướng

a) Trong một bát nhỏ, trộn kem phô mai, hành lá, thì là, vỏ chanh và bột tỏi.

b) Đặt hỗn hợp phô mai, bánh mì tròn, cá hồi, dưa chuột, hành tây, cà chua và nụ bạch hoa vào hộp đựng chuẩn bị bữa ăn và thêm chanh, nếu muốn. Những thứ này giữ trong tủ lạnh tối đa 2 ngày.

sinh tố

22. Sinh tố củ cải đường

Thành phần

CHUẨN BỊ ĐÓ

- 1 (9 ounce) gói củ cải nấu chín
- 1 cốc dâu tây đông lạnh
- 1 cốc quả mâm xôi đông lạnh
- 1 muỗng canh hạt chia

CNTT PHỤC VỤ

- 1 cốc sữa hạnh nhân vani không đường
- $\frac{1}{2}$ cốc sữa chua Hy Lạp 2%
- 2 thìa mật ong
- 1 muỗng cà phê chiết xuất vani

Hướng

a) Kết hợp củ cải, dâu tây, quả mâm xôi và hạt chia vào tô lớn. Chia cho 4 túi đông lạnh ziplock. Đóng băng tối đa một tháng, cho đến khi sẵn sàng phục vụ.

b) Cho lượng chứa trong một túi vào máy xay sinh tố và thêm $\frac{1}{4}$ cốc sữa hạnh nhân, 2 thìa sữa chua, 1 $\frac{1}{2}$ thìa cà phê mật ong và $\frac{1}{4}$ thìa cà phê vani. Xay đến khi mịn. Phục vụ ngay lập tức.

23. Sữa lắc chuối-bơ đậu phộng

Thành phần

CHUẨN BỊ ĐÓ

- 3 quả chuối vừa, thái lát
- ⅓ chén bột bơ đậu phộng (khô như PB2)
- ⅓ cốc bột protein vani
- 3 ngày đọ sức
- $\frac{1}{4}$ muỗng cà phê quế xay

CNTT PHỤC VỤ

- 1 cốc sữa hạnh nhân không đường
- $\frac{1}{2}$ cốc sữa chua Hy Lạp
- Quế (tùy chọn)

Hướng

a) Kết hợp chuối, bột PB, bột protein, chà là và quế vào tô lớn. Chia cho 5 túi đông lạnh ziplock và để đông trong tối đa một tháng cho đến khi sẵn sàng phục vụ

b) Đặt lượng chứa trong một túi vào máy xay sinh tố và thêm 3 thìa sữa hạnh nhân, 1 $\frac{1}{2}$ thìa sữa chua và $\frac{1}{4}$ cốc đá. Xay đến khi mịn. Rắc quế nếu dùng và dùng ngay.

24. Sinh tố quả acai chống oxy hóa

Thành phần

CHUẨN BỊ ĐÓ

- 2 (3,88 ounce) gói acai xay nhuyễn đông lạnh, rã đông
- 1 cốc quả mâm xôi đông lạnh
- 1 cốc quả việt quất đông lạnh
- 1 cốc quả mâm xôi đông lạnh
- 1 cốc dâu tây đông lạnh
- $\frac{1}{2}$ chén hạt lựu

CNTT PHỤC VỤ

- $1\frac{1}{2}$ cốc nước ép lựu

Hướng

a) Kết hợp quả acai, quả mâm xôi, quả việt quất, quả mâm xôi, dâu tây và hạt lựu vào một cái bát lớn. Chia hỗn hợp vào 4 túi đông lạnh ziplock. Đóng băng tối đa một tháng, cho đến khi sẵn sàng phục vụ.

b) Cho lượng chứa trong một túi vào máy xay sinh tố, thêm ⅓ cốc nước ép lựu và xay cho đến khi mịn. Phục vụ ngay lập tức.

25. Sinh tố dưa hấu

Thành phần

CHUẨN BỊ ĐÓ

- 4 cốc dưa hấu đông lạnh thái hạt lựu
- 2 cốc dưa đỏ thái hạt lựu
- 1 cốc quả mâm xôi đông lạnh
- ⅓ cốc lá bạc hà tươi đóng gói

CNTT PHỤC VỤ

- 1 cốc nước dừa
- 4 thìa nước cốt chanh tươi
- 2 thìa mật ong

Hướng

a) Kết hợp dưa hấu, dưa đỏ, quả mâm xôi và bạc hà vào tô lớn. Chia cho 4 túi đông lạnh ziplock và đông lạnh trong tối đa một tháng cho đến khi sẵn sàng phục vụ.

b) ĐỂ LÀM MỘT PHẦN PHỤC VỤ: Cho nguyên liệu trong một túi vào máy xay sinh tố và thêm $\frac{1}{4}$ cốc nước dừa, 1 thìa nước cốt chanh và 1 $\frac{1}{2}$ thìa cà phê mật ong. Xay đến khi mịn. Phục vụ ngay lập tức.

26. Sinh tố rừng đen

Thành phần

CHUẨN BỊ ĐÓ

- 1 (16-ounce) túi quả anh đào ngọt đông lạnh
- 2 chén rau chân vịt non
- 2 thìa bột cacao
- 1 muỗng canh hạt chia

CNTT PHỤC VỤ

- 1 cốc sữa hạnh nhân sô cô la không đường
- $\frac{3}{4}$ cốc sữa chua Hy Lạp 2% vani
- 3 muỗng cà phê si-rô phong
- 1 muỗng cà phê chiết xuất vani

Hướng

a) Kết hợp quả anh đào, rau bina, bột ca cao và hạt chia vào tô lớn. Chia cho 4 túi đông lạnh ziplock. Đóng băng tối đa một tháng, cho đến khi sẵn sàng phục vụ.

b) ĐỂ LÀM MỘT PHẦN: Cho lượng chứa trong một túi vào máy xay sinh tố và thêm $\frac{1}{4}$ cốc sữa hạnh nhân, 3 thìa sữa chua, $\frac{3}{4}$ thìa cà phê xi-rô cây phong và $\frac{1}{4}$ thìa cà phê vani. Xay đến khi mịn. Phục vụ ngay lập tức.

27. Sinh tố bánh việt quất

Thành phần

CHUẨN BỊ ĐÓ

- 2 ½ chén quả việt quất đông lạnh
- 1 quả chuối, thái lát
- 2 bánh quy graham quế nguyên hạt, chia thành từng miếng
- 1 muỗng canh bơ hạnh nhân

CNTT PHỤC VỤ

- 1 cốc sữa hạnh nhân vani không đường
- ½ cốc sữa chua Hy Lạp 2%
- 3 thìa cà phê mật ong

Hướng

a) Kết hợp quả việt quất, chuối, bánh quy graham và bơ hạnh nhân vào tô lớn. Chia cho 4 túi đông lạnh ziplock. Đóng băng tối đa một tháng, cho đến khi sẵn sàng phục vụ.

b) ĐỂ LÀM MỘT PHẦN: Cho lượng chứa trong một túi vào máy xay sinh tố và thêm ¼ cốc sữa hạnh nhân, 2 thìa sữa chua và ¾ thìa cà phê mật ong. Xay đến khi mịn. Phục vụ ngay lập tức.

28. Sinh tố gừng cà rốt

Thành phần

CHUẨN BỊ ĐÓ

- 2 quả cam rốn, gọt vỏ, cắt nhỏ và bỏ hạt
- 2 cốc cà rốt thái lát đông lạnh
- 1 $\frac{1}{2}$ chén dứa đông lạnh thái hạt lựu
- 1 thìa gừng tươi gọt vỏ thái nhỏ

CNTT PHỤC VỤ

- 1 cốc nước ép cà rốt
- 1 cốc sữa chua Hy Lạp vani
- 3 thìa cà phê mật ong

Hướng

a) Trộn cam, cà rốt, dứa và gừng vào tô lớn. Chia cho 4 túi đông lạnh ziplock. Đóng băng tối đa một tháng, cho đến khi sẵn sàng phục vụ.

b) ĐỂ LÀM MỘT PHẦN: Cho nguyên liệu trong một túi vào máy xay sinh tố và thêm $\frac{1}{4}$ cốc nước ép cà rốt, $\frac{1}{4}$ cốc sữa chua và $\frac{3}{4}$ thìa cà phê mật ong. Xay đến khi mịn. Phục vụ ngay lập tức.

29. Sinh tố nữ thần xanh kem

Thành phần

CHUẨN BỊ ĐÓ

- 1 quả bơ, cắt đôi, bỏ hạt và gọt vỏ
- 2 chén rau chân vịt non
- 2 chén cải xoăn baby
- 1 $\frac{1}{2}$ chén dứa thái hạt lựu
- 1 chén đậu Hà Lan cắt nhỏ đường
- ⅓ cốc bột protein vani

CNTT PHỤC VỤ

- 1 $\frac{1}{2}$ cốc sữa hạnh nhân không đường

Hướng

a) Kết hợp bơ, rau bina, cải xoăn, dứa, đậu Hà Lan và bột protein trong một tô lớn. Chia cho 6 túi đông lạnh ziplock. Đóng băng tối đa một tháng, cho đến khi sẵn sàng phục vụ.

b) ĐỂ LÀM MỘT PHẦN: Cho lượng chứa trong một túi vào máy xay sinh tố và thêm $\frac{1}{4}$ cốc sữa hạnh nhân. Xay đến khi mịn. Phục vụ ngay lập tức.

30. Sinh tố kiwi vườn

Thành phần

CHUẨN BỊ ĐÓ

- 4 quả kiwi, gọt vỏ và thái lát
- 2 chén rau chân vịt đóng gói
- 1 cốc chuối thái lát
- 2 thìa hạt chia

CNTT PHỤC VỤ

- 1 cốc sữa chua Hy Lạp vani
- 1 đầu xà lách Boston
- 3 quả dưa chuột Ba Tư, thái lát

Hướng

a) Kết hợp kiwi, rau bina, chuối và hạt chia trong một tô lớn. Chia cho 4 túi đông lạnh ziplock. Đóng băng tối đa một tháng, cho đến khi sẵn sàng phục vụ.

b) ĐỂ LÀM MỘT PHẦN: Cho lượng chứa trong một túi vào máy xay sinh tố và thêm $\frac{1}{4}$ cốc sữa chua, $\frac{1}{2}$ cốc lá rau diếp xé nhỏ và dưa chuột thái lát. Xay đến khi mịn. Phục vụ ngay lập tức.

31. Sinh tố giải độc xanh

Thành phần

CHUẨN BỊ ĐÓ

- 2 chén rau chân vịt non
- 2 chén cải xoăn baby
- 2 cọng cần tây, xắt nhỏ
- 1 quả táo xanh vừa, bỏ lõi và cắt nhỏ
- 1 cốc chuối thái lát
- 1 muỗng canh gừng tươi bào sợi
- 1 muỗng canh hạt chia

CNTT PHỤC VỤ

- 1 cốc sữa hạnh nhân không đường
- 3 thìa cà phê mật ong

Hướng

a) Kết hợp rau bina, cải xoăn, cần tây, táo, chuối, gừng và hạt chia trong một bát lớn. Chia cho 4 túi đông lạnh ziplock. Đóng băng tối đa một tháng, cho đến khi sẵn sàng phục vụ.

b) ĐỂ LÀM MỘT PHẦN: Cho nguyên liệu trong một túi vào máy xay sinh tố và thêm $\frac{1}{4}$ cốc sữa hạnh nhân và $\frac{3}{4}$ thìa cà phê mật ong. Xay đến khi mịn. Phục vụ ngay lập tức.

32. Sinh tố protein xanh

Thành phần

CHUẨN BỊ ĐÓ

- 3 chén rau chân vịt non
- 1 quả chuối, thái lát
- $\frac{1}{2}$ quả bơ, bỏ hạt và gọt vỏ
- $\frac{1}{2}$ cốc quả việt quất
- 2 nắm lá mùi tây tươi
- 8 thìa bột protein vani

CNTT PHỤC VỤ

- 1 cốc dưa chuột thái lát
- $\frac{3}{4}$ cốc sữa hạnh nhân không đường

Hướng

a) Kết hợp rau bina, chuối, bơ, quả việt quất, rau mùi tây và bột protein trong một tô lớn. Chia cho 4 túi đông lạnh ziplock. Đóng băng tối đa một tháng, cho đến khi sẵn sàng phục vụ.

b) ĐỂ LÀM MỘT PHẦN: Cho lượng chứa trong một túi vào máy xay sinh tố và thêm $\frac{1}{4}$ cốc dưa chuột và 3 thìa sữa hạnh nhân. Xay đến khi mịn. Phục vụ ngay lập tức.

33. Sinh tố nghệ cà rốt

Thành phần

CHUẨN BỊ ĐÓ

- 1 cốc cà rốt đông lạnh thái lát
- 1 quả chuối, thái lát
- 1 quả táo xanh vừa, bỏ lõi và cắt nhỏ
- 1 miếng gừng tươi (1 inch), gọt vỏ và thái lát
- 1 thìa cà phê bột nghệ, hoặc nhiều hơn tùy khẩu vị

CNTT PHỤC VỤ

- 1 cốc nước ép cà rốt
- $\frac{1}{2}$ cốc sữa chua Hy Lạp 2%
- 4 muỗng cà phê si-rô phong
- $\frac{1}{2}$ muỗng cà phê chiết xuất vani

Hướng

a) Cho cà rốt, chuối, táo, gừng và nghệ vào tô lớn. Chia cho 4 túi đông lạnh ziplock.

b) Cho lượng chứa trong một túi vào máy xay sinh tố và thêm $\frac{1}{4}$ cốc nước ép cà rốt, 2 thìa sữa chua, một thìa cà phê xi-rô phong, $\frac{1}{8}$ thìa cà phê vani và $\frac{1}{4}$ cốc đá. Xay đến khi mịn. Phục vụ ngay lập tức.

34. Sinh tố đào melba

Thành phần

CHUẨN BỊ ĐÓ

- 1 (16-ounce) gói đào thái lát đông lạnh
- 1 cốc quả mâm xôi đông lạnh
- 1 quả cam, gọt vỏ và bỏ hạt
- ⅓ cốc bột protein vani

CNTT PHỤC VỤ

- ½ cốc nước cam
- 2 thìa nước cốt chanh tươi
- 3 thìa cà phê mật ong
- 1 ½ muỗng cà phê chiết xuất vani

Hướng

a) Kết hợp đào, quả mâm xôi, cam và bột protein trong một tô lớn. Chia cho 6 túi đông lạnh ziplock. Đóng băng tối đa một tháng, cho đến khi sẵn sàng phục vụ.

b) Cho lượng chứa trong một túi vào máy xay sinh tố và thêm 4 thìa cà phê nước cam, 1 thìa cà phê nước cốt chanh, ½ thìa cà phê mật ong và ¼ thìa cà phê vani. Xay đến khi mịn. Phục vụ ngay lập tức.

35. Sinh tố dừa cầu vồng

Thành phần

CHUẨN BỊ ĐÓ

- 2 quả quýt, gọt vỏ và cắt múi
- 1 cốc dứa thái hạt lựu
- 1 cốc xoài thái hạt lựu
- 1 cốc dâu tây cắt lát
- 1 cốc quả việt quất
- 1 cốc quả mâm xôi
- 1 quả kiwi, gọt vỏ và thái lát
- 2 chén rau chân vịt non
- $\frac{1}{2}$ cốc dừa nạo

CNTT PHỤC VỤ

- 2 cốc nước dừa

Hướng

a) Kết hợp quýt, dứa, xoài, dâu tây, quả việt quất, quả mâm xôi, kiwi, rau bina và dừa trong một tô lớn. Chia cho 6 túi đông lạnh ziplock. Đóng băng tối đa một tháng, cho đến khi sẵn sàng phục vụ.

b) ĐỂ LÀM MỘT PHẦN: Cho nguyên liệu trong một túi vào máy xay sinh tố và thêm ⅓ cốc nước dừa. Xay đến khi mịn. Phục vụ ngay lập tức.

36. Sinh tố hoa quả tươi nhiệt đới

Thành phần

CHUẨN BỊ ĐÓ

- 4 chén rau chân vịt non
- 1 cốc xoài đông lạnh
- $\frac{3}{4}$ cốc dứa đông lạnh
- 1 quả chuối, thái lát
- 2 quả quýt, gọt vỏ và cắt múi
- 4 muỗng cà phê hạt chia

CNTT PHỤC VỤ

- 3 cốc nước dừa

Hướng

a) Cho rau bina, xoài, dứa, chuối, quýt và hạt chia vào tô lớn. Chia cho 4 túi đông lạnh ziplock. Đóng băng tối đa một tháng, cho đến khi sẵn sàng phục vụ.

b) ĐỂ LÀM MỘT PHẦN: Cho nguyên liệu trong một túi vào máy xay sinh tố và thêm $\frac{3}{4}$ cốc nước dừa. Xay đến khi mịn. Phục vụ ngay lập tức.

37. Sinh Tố Quinoa Nhiệt Đới

Mang lại 1 sinh tố

Thành phần

- $\frac{1}{4}$ cốc (45g) quinoa nấu chín
- $\frac{1}{4}$ cốc (60mL) nước cốt dừa nhạt (hoặc sữa tùy chọn)
- ⅓ cốc (50g) miếng xoài đông lạnh ⅓ cốc (45g) miếng dứa đông lạnh $\frac{1}{2}$ quả chuối đông lạnh
- 1 muỗng canh dừa nạo không đường
- 1 muỗng canh đường dừa, tùy khẩu vị $\frac{1}{2}$ muỗng cà phê vani

Hướng

a) Kết hợp tất cả các thành phần trong máy xay cho đến khi mịn. Điều chỉnh độ đặc theo khẩu vị bằng cách thêm nhiều sữa hơn để có sinh tố loãng hơn và đá hoặc một chút sữa chua để sinh tố đặc hơn.

b) Thưởng thức!

HỘP NHỎ

38. Hộp đồ ăn nhẹ Antipasto cho hai người

Thành phần

- 2 ounce prosciutto thái lát mỏng
- Xúc xích 2 ounce, cắt khối
- Phô mai gouda 1 ounce, thái lát mỏng
- Phô mai Parmesan 1 ounce, thái lát mỏng
- $\frac{1}{4}$ cốc hạnh nhân
- 2 muỗng canh ô liu xanh
- 2 muỗng canh ô liu đen

Hướng

a) Đặt prosciutto, xúc xích Ý, pho mát, hạnh nhân và ô liu vào hộp đựng đồ ăn.

b) Đậy nắp và để lạnh tối đa 4 ngày.

39. Hộp snack cần tây gà trâu

Thành phần

- 1 chén thịt gà quay xé nhỏ còn sót lại
- 2 thìa sữa chua Hy Lạp
- 2 muỗng canh nước sốt nóng
- $\frac{1}{4}$ thìa cà phê bột tỏi
- $\frac{1}{4}$ thìa cà phê bột hành
- Muối Kosher và hạt tiêu đen mới xay, vừa ăn
- 6 cọng cần tây, cắt làm đôi
- $\frac{1}{2}$ cốc dâu tây, thái lát
- $\frac{1}{2}$ cốc nho
- 2 muỗng canh phô mai xanh vụn
- 1 muỗng canh lá mùi tây tươi xắt nhỏ

Hướng

a) Cho thịt gà, sữa chua, sốt cay, bột tỏi và bột hành vào tô lớn; nêm muối và hạt tiêu cho vừa ăn. Đậy nắp và để lạnh tối đa 3 ngày.

b) Chia cần tây, dâu tây và nho vào hộp đựng đồ ăn.

40. Hộp bistro gà và hummus

Thành phần

- 1 pound ức gà không xương, không da, cắt thành dải
- $\frac{1}{2}$ thìa cà phê bột tỏi
- $\frac{1}{4}$ thìa cà phê bột hành
- Muối Kosher và hạt tiêu đen mới xay, vừa ăn
- 1 quả dưa chuột, thái lát mỏng
- 4 bánh pita lúa mì nguyên hạt nhỏ
- 1 cốc cà chua bi
- $\frac{1}{2}$ cốc hummus (tự làm hoặc mua ở cửa hàng)

Hướng

a) Làm nóng lò nướng ở nhiệt độ trung bình cao. Ướp gà với bột tỏi, bột hành, muối và tiêu.

b) Cho gà vào nướng và nấu, lật một lần cho đến khi chín và nước trong, từ 5 đến 6 phút mỗi mặt; đặt sang một bên cho đến khi nguội.

c) Chia thịt gà, dưa chuột, bánh mì pita, cà chua và hummus vào các hộp đựng chuẩn bị bữa ăn. Làm lạnh tối đa 3 ngày.

41. Viên uống năng lượng sô-cô-la-dâu

Thành phần

- 1 chén yến mạch cán kiểu cũ
- ½ chén dừa nạo không đường
- ⅓ cốc bơ hạt điều
- ¼ cốc mật ong
- 3 thìa hạt chia
- ½ muỗng cà phê chiết xuất vani
- ¼ thìa cà phê muối kosher
- ¾ cốc dâu tây đông lạnh thái nhỏ
- ¼ cốc sô-cô-la chip nhỏ

Hướng

a) Lót khay nướng bằng giấy sáp hoặc giấy da; để qua một bên.

b) Trong máy xay thực phẩm, xay yến mạch và dừa cho đến khi hỗn hợp giống như bột mì thô, từ 5 đến 6 xung; chuyển sang một bát vừa.

c) Dùng thìa gỗ khuấy đều bơ hạt điều, mật ong, hạt chia, vani và muối cho đến khi hòa quyện. Khuấy dâu tây và sô cô la chip cho đến khi hòa quyện.

d) Nhào hỗn hợp lại với nhau và tạo thành 15 quả bóng (1 inch), mỗi quả khoảng 1 $\frac{1}{2}$ thìa. Đặt trên tấm nướng đã chuẩn bị sẵn thành một lớp duy nhất.

e) Làm lạnh cho đến khi chắc chắn, khoảng 1 giờ. Bảo quản trong hộp kín trong tủ lạnh tối đa 1 tuần hoặc tủ đông tối đa 1 tháng.

42. Hộp đồ ăn nhẹ Deli

Thành phần

- 1 trứng lớn
- 1 $\frac{1}{2}$ ounce ức gà tây thái lát mỏng
- $\frac{1}{4}$ cốc cà chua bi
- Phô mai cheddar sắc nét 1 ounce, cắt hạt lựu
- 4 bánh quy giòn pita
- 1 muỗng canh hạnh nhân sống

Hướng

a) Đặt trứng vào nồi và phủ nước lạnh khoảng 1 inch. Đun sôi và nấu trong 1 phút. Đậy chảo bằng nắp đậy kín và tắt bếp; để yên trong 8 đến 10 phút. Xả sạch và để nguội trước khi bóc vỏ.

b) Đặt gà tây, trứng, cà chua, phô mai, bánh quy giòn và hạnh nhân vào hộp đựng chuẩn bị bữa ăn. Món này có thể bảo quản trong tủ lạnh tối đa 3 ngày.

43. đồ ăn nhẹ pizza

Thành phần

- 4 bánh quy giòn pita
- 2 muỗng canh phô mai mozzarella ít béo cắt nhỏ
- 2 muỗng canh nước sốt pizza
- 2 thìa hạnh nhân
- 1 muỗng canh pepperoni nhỏ
- $\frac{1}{4}$ cốc nho

Hướng

a) Đặt bánh quy giòn, phô mai, nước sốt pizza, hạnh nhân, pepperoni và nho vào hộp đựng đồ ăn.

b) Làm lạnh tối đa 3 ngày.

44. Salad đậu xanh kiểu Hy Lạp

Thành phần

Dầu giấm oregano-tỏi

- ¼ chén dầu ô liu nguyên chất
- 3 muỗng canh giấm rượu vang đỏ
- 2 thìa cà phê lá oregano khô
- 1 ½ thìa cà phê mù tạt nguyên hạt
- 1 tép tỏi, ép
- ¼ thìa cà phê đường (tùy chọn)
- Muối Kosher và hạt tiêu đen mới xay, vừa ăn

Xa lát

- 1 lon (15 ounce) đậu garbanzo, rửa sạch và để ráo nước
- 1 pint cà chua nho, giảm một nửa
- 1 quả ớt chuông vàng, thái hạt lựu
- 1 quả ớt chuông cam, thái hạt lựu
- 2 quả dưa chuột Ba Tư, cắt đôi theo chiều dọc và thái lát mỏng
- 1 chén lá mùi tây tươi xắt nhỏ
- ⅓ chén hành đỏ thái hạt lựu

- 1 hộp phô mai feta (4 ounce), vỡ vụn

Hướng

a) ĐỐI VỚI DỪA: Trong một bát nhỏ, trộn dầu ô liu, giấm, lá oregano, mù tạt, tỏi và đường; nêm muối và hạt tiêu cho vừa ăn. Đậy kín để tủ lạnh được 3 đến 4 ngày.

b) Kết hợp đậu garbanzo, cà chua, ớt chuông, dưa chuột, rau mùi tây, hành tây và phô mai trong một tô lớn. Chia vào các hộp đựng chuẩn bị bữa ăn. Sẽ bảo quản trong tủ lạnh từ 3 đến 4 ngày.

c) Để phục vụ, đổ dầu giấm lên món salad và trộn nhẹ nhàng.

45. Hộp snack cải xoăn

Thành phần

cải xoăn chip

- 1 bó cải xoăn, bỏ cuống và gân dày
- 2 muỗng canh dầu ô liu
- 1 tép tỏi, ép
- Muối Kosher và hạt tiêu đen mới xay, vừa ăn

Đậu garbanzo giòn

- 1 lon đậu garbanzo (16 ounce), để ráo nước và rửa sạch
- 1 $\frac{1}{2}$ muỗng canh dầu ô liu
- 1 $\frac{1}{2}$ thìa cà phê gia vị chanh ớt
- 1 cốc dâu tây, thái lát
- 1 cốc nho
- 4 quả quýt, gọt vỏ và cắt múi

Hướng

a) Làm nóng lò ở nhiệt độ 375 độ F. Thoa nhẹ một lớp dầu lên khay nướng hoặc phủ một lớp xịt chống dính.

b) ĐỐI VỚI CHIP CẢI XOĂN: Đặt cải xoăn lên khay nướng đã chuẩn bị sẵn. Thêm dầu ô liu và tỏi, nêm muối và hạt tiêu. Nhẹ nhàng quăng để kết hợp và sắp xếp trong một lớp duy nhất. Nướng trong vòng 10 đến 13 phút hoặc cho đến khi giòn; bay mát hoàn toàn. Để qua một bên.

c) ĐỐI VỚI ĐẬU GIÒN: Dùng khăn bếp hoặc khăn giấy sạch lau khô đậu garbanzo thật kỹ. Loại bỏ và loại bỏ da. Đặt garbanzos thành một lớp trên khay nướng và nướng trong 20 phút. Thêm dầu ô liu và gia vị chanh ớt vào rồi trộn nhẹ nhàng. Nướng cho đến khi giòn và khô, thêm 15 đến 17 phút.

d) Tắt lò và mở hé cửa lò; nguội hoàn toàn trong lò trong 1 giờ.

e) Đặt dâu tây, nho và quýt vào hộp đựng đồ ăn. Sẽ bảo quản trong tủ lạnh từ 3 đến 4 ngày. Cải xoăn chip và garbanzos nên được bảo quản riêng trong túi ziplock ở nhiệt độ phòng để giữ chúng đẹp và giòn.

48. Bánh rán protein bí ngô nhỏ

Thành phần

- 1 chén bột mì trắng nguyên hạt
- ½ cốc bột whey protein hương vani
- ⅓ cốc đường nâu nhạt đóng gói chắc chắn
- 1 ½ thìa cà phê bột nở
- 1 muỗng cà phê gia vị làm bánh bí ngô
- ¼ thìa cà phê muối kosher
- 1 cốc bí ngô xay nhuyễn đóng hộp
- 3 muỗng canh bơ không muối, tan chảy
- 2 lòng trắng trứng lớn
- 2 muỗng canh sữa 2%
- 1 muỗng cà phê quế xay
- ⅓ cốc đường cát
- 2 muỗng canh bơ không muối, tan chảy

Hướng

a) Làm nóng lò ở nhiệt độ 350 độ F. Phủ các cốc của chảo bánh rán bằng bình xịt chống dính.

b) Trong một tô lớn, trộn bột mì, bột protein, đường nâu, bột nở, gia vị làm bánh bí ngô và muối.

c) Trong một cốc đo thủy tinh lớn hoặc một cái bát khác, trộn bí ngô, bơ, lòng trắng trứng và sữa với nhau.

d) Đổ hỗn hợp ướt lên các nguyên liệu khô và dùng thìa cao su khuấy đều cho đến khi ẩm.

e) Múc đều bột vào khuôn bánh donut. Nướng trong vòng 8 đến 10 phút, cho đến khi bánh rán có màu nâu nhạt và đàn hồi trở lại khi chạm vào. Làm mát trong 5 phút.

f) Kết hợp quế và đường trong một bát nhỏ. Nhúng từng chiếc bánh rán vào bơ tan chảy rồi vào đường quế.

g) Thưởng thức khi còn nóng hoặc ở nhiệt độ phòng. Bảo quản trong hộp kín tối đa 5 ngày.

49. Bánh chong chóng chay hummus cầu vồng

Thành phần

- 2 muỗng canh hummus
- 1 bánh tortilla rau bina (8 inch)
- $\frac{1}{4}$ chén ớt chuông đỏ thái lát mỏng
- $\frac{1}{4}$ chén ớt chuông vàng thái lát mỏng
- $\frac{1}{4}$ cốc cà rốt thái lát mỏng
- $\frac{1}{4}$ cốc dưa chuột thái lát mỏng
- $\frac{1}{4}$ chén rau chân vịt non
- $\frac{1}{4}$ chén bắp cải đỏ thái nhỏ
- $\frac{1}{4}$ chén mầm cỏ linh lăng
- $\frac{1}{2}$ cốc dâu tây
- $\frac{1}{2}$ cốc quả việt quất

Hướng

a) Trải lớp hummus lên bề mặt bánh tortilla theo một lớp chẵn, để lại đường viền $\frac{1}{4}$ inch. Đặt ớt chuông, cà rốt, dưa chuột, rau bina, bắp cải và rau mầm vào giữa bánh tortilla.

b) Đặt mép dưới của bánh tortilla lên trên rau, gấp hai bên. Tiếp tục lăn cho đến khi đạt đến đỉnh của bánh tortilla. Cắt thành phần sáu.

c) Đặt chong chóng, dâu tây và quả việt quất vào hộp đựng đồ ăn. Để tủ lạnh từ 3 đến 4 ngày.

50. Hộp đồ ăn nhẹ Salsa

Thành phần

- $\frac{3}{4}$ cốc dâu tây thái hạt lựu
- $\frac{3}{4}$ cốc xoài thái hạt lựu
- 1 jalapeño, bỏ hạt và băm nhỏ
- 2 muỗng canh hành đỏ thái hạt lựu
- 2 muỗng canh lá ngò tươi cắt nhỏ
- 2 thìa cà phê mật ong
- Nước ép 1 quả chanh
- 2 cốc bánh tortilla
- 1 quả ớt chuông đỏ, thái lát mỏng
- 1 quả ớt chuông cam, thái lát mỏng
- 1 củ đậu, gọt vỏ và thái thành que diêm dày
- 1 quả dứa, cắt thành miếng nêm

Hướng

a) Trong một tô lớn, trộn dâu tây, xoài, ớt jalapeño, hành tây, ngò, mật ong và nước cốt chanh.

b) Chia bánh tortilla vào túi ziplock. Chia salsa, ớt chuông, jicama và dứa vào các hộp đựng chuẩn bị bữa ăn. Sẽ để trong tủ lạnh được 3 đến 4 ngày.

51.món khai vị tự chế

Sản lượng khoảng 2 cốc

Thành phần

- 1 15 oz. lon (425g) đậu xanh, để ráo nước/rửa sạch (nước dùng dự trữ)
- $\frac{1}{4}$ cốc (60mL) lon đậu xanh dạng lỏng (hoặc nước phụ)
- 1 muỗng canh tỏi băm
- 1 muỗng canh tahini
- 1 $\frac{1}{2}$ muỗng canh nước cốt chanh
- $\frac{1}{2}$ thìa cà phê thì là
- $\frac{1}{4}$ thìa cà phê muối
- $\frac{1}{4}$ thìa cà phê ớt bột
- $\frac{1}{8}$ thìa cà phê ớt cayenne, tùy theo khẩu vị
- $\frac{1}{8}$ thìa cà phê tiêu, tùy khẩu vị

Hướng

a) Kết hợp tất cả các thành phần trong một bộ xử lý thực phẩm.

b) Cạo dọc hai bên và điều chỉnh gia vị cho vừa ăn.

52. Hỗn hợp đường mòn

Sản lượng khoảng 2 cốc

Thành phần

- 1 cốc (15g) bỏng ngô
- $\frac{1}{4}$ cốc (40g) đậu phộng rang
- $\frac{1}{4}$ cốc (40g) hạnh nhân rang
- $\frac{1}{4}$ cốc (40g) hạt bí ngô
- $\frac{1}{4}$ cốc (35g) quả việt quất khô, không thêm đường
- 2 muỗng canh sô-cô-la đen (tùy chọn)
- nhúm quế (tùy chọn)
- chút muối

Hướng

a) Trộn tất cả các nguyên liệu lại với nhau, điều chỉnh quế và muối cho vừa ăn nếu muốn.

b) Lưu trữ trong hộp kín.

c) Kéo dài đến 2 tuần trong phòng đựng thức ăn.

53. Pesto không dầu

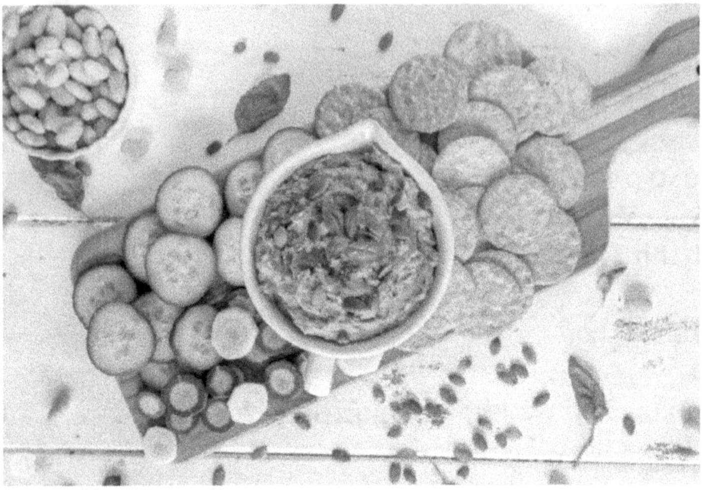

Sản lượng khoảng 2 cốc

Thành phần

- 1 ½ cốc (60g) húng quế tươi
- 1 ½ cốc (60g) rau chân vịt tươi
- 1 15 oz. (425g) đậu trắng lon, để ráo nước/rửa sạch
- 2 muỗng canh quả óc chó
- 2 thìa nước cốt chanh
- 1 thìa cà phê tỏi
- Muối và hạt tiêu cho vừa ăn

Hướng

a) Cho tất cả nguyên liệu vào máy xay thực phẩm và chế biến cho đến khi đạt được độ sệt như mong muốn.

b) Làm lạnh sau khi làm.

c) Kéo dài 1-2 tuần trong tủ lạnh.

54. bánh nướng xốp trứng

Năng suất khoảng 12

Thành phần

- 3-4 cốc (540-720g) rau trộn, thái hạt lựu
- 2 cốc (480 g) lòng trắng trứng/lòng trắng thay thế (hoặc trứng), nêm muối và tiêu

Hướng

a) Làm nóng lò ở nhiệt độ 375F (190C).

b) Phân chia các loại rau trộn mà bạn chọn vào khuôn làm bánh muffin đã xịt sẵn, đổ đầy khoảng $\frac{1}{2}$ khuôn.

c) Đổ trứng vào hộp, đổ đầy ⅔ đường lên đỉnh.

d) Nướng khoảng 15 phút, cho đến khi chín hoàn toàn.

e) Thưởng thức ấm hoặc lạnh và tận hưởng lạnh! Đây cũng là những món được hâm nóng tuyệt vời.

f) Bảo quản được khoảng 3 ngày ở ngăn mát tủ lạnh hoặc 2-3 tháng ở ngăn đông.

55.đậu hũ cắn

Mang lại 4 phần ăn

Thành phần

- 1 14 oz. (400g) gói đậu phụ cứng
- bình xịt nấu ăn
- muối và tiêu
- gia vị bổ sung

Hướng

a) Làm nóng lò ở nhiệt độ 400F (200C).

b) Cắt đậu phụ ép thành khối hoặc dải tùy thích.

c) Trộn nhẹ với một ít nước xịt nấu ăn và gia vị cho vừa ăn. Chuyển sang khay nướng có lót giấy da.

d) Nướng khoảng 45 phút, lật nửa chừng.

56. Sa lát gà

Mang lại 1 khẩu phần

Thành phần

- 4 oz. (115g) ức gà, cắt nhỏ hoặc cắt khối
- 2 thìa sữa chua Hy Lạp
- 1 thìa cà phê mù tạt Dijon
- 1 muỗng cà phê mù tạt vàng
- 2 thìa hành lá
- 3 muỗng canh nho, cắt đôi hoặc làm tư
- 3 thìa cần tây xắt nhỏ
- 2 muỗng canh quả óc chó hoặc quả hồ đào cắt nhỏ
- 1 thìa cà phê tarragon
- Muối và hạt tiêu cho vừa ăn

Hướng

a) Trộn tất cả các thành phần với nhau.

b) Thư giãn và tận hưởng! Bảo quản được khoảng 5 ngày trong tủ lạnh.

57. Quinoa Tex-Mex

Mang lại 12 phần ăn

Thành phần

- 1 cốc (180g) quinoa chưa nấu chín, rửa sạch
- 1 lb. (450g) ức gà tây xay thêm nạc
- 1 15 oz. lon (425g) đậu đen, để ráo nước/rửa sạch
- 1 15 oz. lon (425g) ngô ngọt, để ráo nước/rửa sạch
- 1 10 oz. lon (285g) cà chua thái hạt lựu và ớt xanh
- 1 10 oz. lon (285g) sốt enchilada đỏ
- 1 ½ cốc (350 mL) nước luộc gà/rau hoặc nước
- 1 quả ớt chuông xanh, xắt nhỏ ½ cốc (80g) hành tây cắt nhỏ 2 quả ớt jalapeño, bỏ hạt
- 1 muỗng canh tỏi băm
- 2 muỗng canh gia vị taco

Hướng

a) Thêm mọi thứ vào nồi nấu chậm. Khuấy đều để kết hợp.

b) Biến nhiệt xuống thấp. Để nấu trong 6-8 giờ, chậm và nhỏ. Khuấy một hoặc hai lần trong suốt thời gian nấu. (Nấu ở nhiệt độ cao trong 4 giờ nếu bạn đang thiếu thời gian).

c) Dùng với sữa chua Hy Lạp như một loại kem thay thế, salsa và bơ hoặc guacamole.

58. Chuẩn bị bữa ăn salad cá ngừ

Thành phần

- 2 quả trứng lớn
- 2 (5 ounce) lon cá ngừ ngâm nước, để ráo nước và vẩy
- ½ cốc sữa chua Hy Lạp không béo
- ¼ chén cần tây thái hạt lựu
- ¼ chén hành đỏ thái hạt lựu
- 1 muỗng canh mù tạt Dijon
- 1 muỗng canh dưa chua ngọt (tùy chọn)
- 1 muỗng cà phê nước cốt chanh mới vắt, hoặc nhiều hơn tùy theo khẩu vị
- ¼ thìa cà phê bột tỏi
- Muối Kosher và hạt tiêu đen mới xay, vừa ăn
- 4 lá xà lách Bibb
- ½ chén hạnh nhân sống
- 1 quả dưa chuột, thái lát
- 1 quả táo, thái lát

Hướng

a) Đặt trứng vào một cái chảo lớn và phủ nước lạnh khoảng 1 inch. Đun sôi và nấu trong 1 phút. Đậy nắp nồi thật kín và tắt bếp; để yên trong 8 đến 10 phút. Xả sạch và để nguội trước khi gọt vỏ và cắt đôi.

b) Trong một bát vừa, kết hợp cá ngừ, sữa chua, cần tây, hành tây, mù tạt, gia vị, nước chanh và bột tỏi; nêm muối và hạt tiêu cho vừa ăn.

c) Chia lá rau diếp vào hộp đựng chuẩn bị bữa ăn. Phủ hỗn hợp cá ngừ lên trên và thêm trứng, hạnh nhân, dưa chuột và táo vào một bên. Sẽ để trong tủ lạnh được 3 đến 4 ngày.

BỮA TRƯA ẤM ÁP

59. Bát burrito gà

Thành phần

Sốt kem Chipotle

- ½ cốc sữa chua Hy Lạp không béo
- 1 quả ớt chipotle sốt adobo, băm nhỏ hoặc nhiều hơn tùy khẩu vị
- 1 tép tỏi, băm nhỏ
- 1 muỗng canh nước cốt chanh mới vắt

bát burrito

- ⅔ chén gạo lứt
- 1 muỗng canh dầu ô liu
- 1 pound thịt gà xay
- ½ muỗng cà phê ớt bột
- ½ thìa cà phê bột tỏi
- ½ thìa cà phê thì là xay
- ½ muỗng cà phê lá oregano khô
- ¼ thìa cà phê bột hành
- ¼ thìa cà phê ớt bột
- Muối Kosher và hạt tiêu đen mới xay, vừa ăn

- 1 (15 ounce) lon đậu đen, để ráo nước và rửa sạch
- 1 $\frac{3}{4}$ chén hạt ngô (đông lạnh, đóng hộp hoặc rang)
- $\frac{1}{2}$ cốc pico de gallo (tự làm hoặc mua ở cửa hàng)

Hướng

a) ĐỐI VỚI SỐT KEM CHIPOTLE: Đánh đều sữa chua, ớt chipotle, tỏi và nước cốt chanh. Đậy nắp và để lạnh tối đa 3 ngày.

b) Nấu cơm theo hướng dẫn trên bao bì trong nồi lớn với 2 cốc nước; để qua một bên.

c) Đun nóng dầu ô liu trong nồi lớn hoặc lò nướng kiểu Hà Lan trên lửa vừa cao. Thêm thịt gà xay, bột ớt, bột tỏi, thì là, lá oregano, bột hành và ớt bột; Nêm với muối và hạt tiêu. Nấu cho đến khi gà chín vàng, từ 3 đến 5 phút, nhớ vò nát gà khi nấu; tiêu mỡ thừa.

d) Chia cơm vào các hộp đựng chuẩn bị bữa ăn. Phủ hỗn hợp thịt gà xay, đậu đen, ngô và pico de gallo lên trên. Sẽ bảo quản trong tủ lạnh từ 3 đến 4 ngày. Rưới sốt kem chipotle. Trang trí với ngò và chanh nếu muốn và thưởng thức. Hâm nóng lại trong lò vi sóng trong khoảng thời gian 30 giây cho đến khi nóng hoàn toàn.

60. Tikka masala gà

Thành phần

- 1 chén gạo basmati
- 2 muỗng canh bơ không muối
- 1 ½ pound ức gà không xương, không da, cắt thành khối 1 inch
- Muối Kosher và hạt tiêu đen mới xay, vừa ăn
- 1 củ hành tây, thái hạt lựu
- 2 muỗng canh bột cà chua
- 1 muỗng canh gừng tươi xay
- 3 tép tỏi, băm nhỏ
- 2 muỗng cà phê garam masala
- 2 thìa cà phê ớt bột
- 2 thìa cà phê bột nghệ
- 1 (28-ounce) lon cà chua thái hạt lựu
- 1 chén nước dùng gà
- ⅓ cốc kem đặc
- 1 thìa nước cốt chanh tươi
- ¼ chén lá ngò tươi xắt nhỏ (tùy chọn)

- 1 quả chanh, cắt thành múi (tùy chọn)

Hướng

a) Nấu cơm theo hướng dẫn trên bao bì trong nồi lớn với 2 cốc nước; để qua một bên.

b) Đun chảy bơ trong chảo lớn trên lửa vừa. Nêm gà với muối và hạt tiêu. Thêm thịt gà và hành tây vào chảo và nấu, thỉnh thoảng khuấy cho đến khi vàng, từ 4 đến 5 phút. Khuấy bột cà chua, gừng, tỏi, garam masala, bột ớt và nghệ rồi nấu cho đến khi kết hợp tốt, từ 1 đến 2 phút. Khuấy cà chua thái hạt lựu và thịt gà. Đun sôi; giảm nhiệt và đun nhỏ lửa, thỉnh thoảng khuấy cho đến khi hơi đặc, khoảng 10 phút.

c) Khuấy kem, nước cốt chanh và thịt gà rồi nấu cho đến khi nóng đều, khoảng 1 phút.

d) Đặt hỗn hợp cơm và thịt gà vào hộp đựng chuẩn bị bữa ăn. Trang trí với ngò và chanh nếu muốn và thưởng thức. Sẽ bảo quản trong tủ lạnh từ 3 đến 4 ngày. Hâm nóng lại trong lò vi sóng trong khoảng thời gian 30 giây cho đến khi nóng hoàn toàn.

61. Bát gà Hy Lạp

Thành phần

Gà và gạo

- 1 pound ức gà không xương, không da
- ¼ cốc cộng với 2 thìa dầu ô liu, chia đều
- 3 tép tỏi, băm nhỏ
- Nước ép của 1 quả chanh
- 1 muỗng canh giấm rượu vang đỏ
- 1 muỗng canh lá oregano khô
- Muối Kosher và hạt tiêu đen mới xay, vừa ăn
- ¾ chén gạo lứt

Salad dưa chuột

- 2 quả dưa chuột Anh, gọt vỏ và thái lát
- ½ chén hành đỏ thái mỏng
- Nước ép của 1 quả chanh
- 2 muỗng canh dầu ô liu nguyên chất
- 1 muỗng canh giấm rượu vang đỏ
- 2 tép tỏi, ép

- ½ muỗng cà phê lá oregano khô

Nước sốt Tzatziki

- 1 cốc sữa chua Hy Lạp
- 1 quả dưa chuột Anh, thái hạt lựu
- 2 tép tỏi, ép
- 1 muỗng canh thì là tươi xắt nhỏ
- 1 muỗng cà phê vỏ chanh bào
- 1 muỗng canh nước cốt chanh mới vắt
- 1 muỗng cà phê bạc hà tươi xắt nhỏ (tùy chọn)
- Muối Kosher và hạt tiêu đen mới xay, vừa ăn
- 2 muỗng canh dầu ô liu nguyên chất
- 1 ½ pound cà chua bi, giảm một nửa

Hướng

a) ĐỐI VỚI GÀ: Trong túi ziplock cỡ gallon, trộn thịt gà, ¼ chén dầu ô liu, tỏi, nước cốt chanh, giấm và lá oregano; Nêm với muối và hạt tiêu. Ướp gà trong tủ lạnh ít nhất 20 phút hoặc tối đa 1 giờ, thỉnh thoảng lật túi. Xả thịt gà và loại bỏ nước xốt.

b) Đun nóng 2 thìa dầu ô liu còn lại trong chảo lớn trên lửa vừa cao. Thêm thịt gà vào và nấu, lật một lần cho đến khi chín, khoảng 3 đến 4 phút mỗi mặt. Để nguội trước khi cắt thành từng miếng vừa ăn.

c) Nấu cơm trong nồi lớn với 2 cốc nước theo hướng dẫn trên bao bì.

d) Chia cơm và thịt gà vào các hộp đựng thức ăn. Sẽ giữ được trong tủ lạnh tối đa 3 ngày.

e) ĐỐI VỚI MÓN SALAD DƯA CHUỘT: Trộn dưa chuột, hành tây, nước cốt chanh, dầu ô liu, giấm, tỏi và lá oregano vào một cái bát nhỏ. Đậy nắp và để lạnh tối đa 3 ngày.

f) ĐỐI VỚI SỐT TZATZIKI: Kết hợp sữa chua, dưa chuột, tỏi, thì là, vỏ chanh và nước ép, và bạc hà (nếu dùng) trong một bát nhỏ. Nêm muối và hạt tiêu cho vừa ăn và rưới dầu ô liu. Đậy nắp và để lạnh ít nhất 10 phút, để hương vị hòa quyện. Có thể để tủ lạnh từ 3 đến 4 ngày.

g) Để phục vụ, hãy hâm nóng cơm và thịt gà trong lò vi sóng trong khoảng thời gian 30 giây cho đến khi chín đều. Rưới salad dưa chuột, cà chua và sốt Tzatziki lên trên rồi thưởng thức.

62. Bát thịt bò chuẩn bị bữa ăn Hàn Quốc

Thành phần

- ⅔ chén gạo trắng hoặc gạo lứt
- 4 quả trứng vừa
- 1 muỗng canh dầu ô liu
- 2 tép tỏi, băm nhỏ
- 4 chén rau bina xắt nhỏ

Thịt bò Hàn Quốc

- 3 muỗng canh đường nâu đóng gói
- 3 muỗng canh nước tương giảm natri
- 1 muỗng canh gừng tươi xay
- 1 $\frac{1}{2}$ muỗng cà phê dầu mè
- $\frac{1}{2}$ muỗng cà phê sriracha (tùy chọn)
- 2 muỗng cà phê dầu ô liu
- 2 tép tỏi, băm nhỏ
- 1 pound thịt bò xay
- 2 củ hành xanh, thái lát mỏng (tùy chọn)
- $\frac{1}{4}$ muỗng cà phê hạt vừng (tùy chọn)

Hướng

a) Nấu cơm theo hướng dẫn trên bao bì; để qua một bên.

b) Đặt trứng vào một cái chảo lớn và phủ nước lạnh khoảng 1 inch. Đun sôi và nấu trong 1 phút. Đậy nắp nồi thật kín và tắt bếp; để yên trong 8 đến 10 phút. Xả sạch và để nguội trước khi gọt vỏ và cắt làm đôi.

c) Đun nóng dầu ô liu trong chảo lớn trên lửa vừa cao. Thêm tỏi vào và nấu, khuấy thường xuyên cho đến khi có mùi thơm, từ 1 đến 2 phút. Khuấy rau bina và nấu cho đến khi héo, từ 2 đến 3 phút; để qua một bên.

d) Đối với thịt bò: Trong một bát nhỏ, trộn đường nâu, nước tương, gừng, dầu mè và tương ớt Sriracha nếu dùng.

e) Đun nóng dầu ô liu trong chảo lớn trên lửa vừa cao. Thêm tỏi vào và nấu, khuấy liên tục cho đến khi có mùi thơm, khoảng 1 phút. Thêm thịt bò xay vào và nấu cho đến khi chín vàng, từ 3 đến 5 phút, đảm bảo làm nát thịt bò khi nấu; tiêu mỡ thừa. Khuấy hỗn hợp nước tương và hành lá cho đến khi hòa quyện, sau đó đun nhỏ lửa cho đến khi nóng đều, khoảng 2 phút.

f) Đặt hỗn hợp cơm, trứng, rau bina và thịt bò xay vào hộp đựng đồ ăn và trang trí với hành lá và hạt vừng nếu muốn. Sẽ bảo quản trong tủ lạnh từ 3 đến 4 ngày.

g) Hâm nóng lại trong lò vi sóng trong khoảng thời gian 30 giây cho đến khi nóng hoàn toàn.

63.Súp gà và ramen hũ Mason

Thành phần

- 2 gói mì yakisoba đông lạnh (5,6 ounce)
- 2 ½ muỗng canh nước luộc rau cô đặc có hàm lượng natri thấp (chúng tôi thích Better Than Bouillon)
- 1 ½ muỗng canh nước tương ít natri
- 1 muỗng canh giấm rượu gạo
- 1 muỗng canh gừng tươi xay
- 2 thìa cà phê sambal oelek (tương ớt tươi xay), hoặc nhiều hơn tùy khẩu vị
- 2 thìa cà phê dầu mè
- 2 chén gà quay xé nhỏ còn sót lại
- 3 chén rau chân vịt non
- 2 củ cà rốt, gọt vỏ và xay nhuyễn
- 1 chén nấm shiitake thái lát
- ½ chén lá ngò tươi
- 2 củ hành xanh, thái lát mỏng
- 1 muỗng cà phê hạt vừng

Hướng

a) Trong một nồi nước sôi lớn, nấu yakisoba cho đến khi mềm, từ 1 đến 2 phút; thoát nước tốt.

b) Trong một bát nhỏ, trộn nước cốt, nước tương, giấm, gừng, sambal oelek và dầu mè.

c) Chia hỗn hợp nước dùng vào 4 lọ thủy tinh miệng rộng có nắp đậy hoặc các hộp chịu nhiệt khác. Phủ yakisoba, thịt gà, rau bina, cà rốt, nấm, ngò, hành lá và hạt vừng lên trên. Đậy nắp và để lạnh tối đa 4 ngày.

d) Để phục vụ, mở lọ và thêm đủ nước nóng để ngập lượng bên trong, khoảng 1 $\frac{1}{4}$ cốc. Lò vi sóng, không đậy nắp, cho đến khi nóng hoàn toàn, từ 2 đến 3 phút. Để yên trong 5 phút, khuấy đều và dùng ngay.

64. Bò bolognese lọ Mason

Thành phần

- 2 muỗng canh dầu ô liu
- 1 pound thịt bò xay
- 1 pound xúc xích Ý, đã bỏ vỏ
- 1 củ hành tây, băm nhỏ
- 4 tép tỏi, băm nhỏ
- 3 lon (14,5 ounce) cà chua thái hạt lựu, để ráo nước
- 2 (15-ounce) lon nước sốt cà chua
- 3 lá nguyệt quế
- 1 thìa cà phê lá oregano khô
- 1 muỗng cà phê húng quế khô
- ½ muỗng cà phê húng tây khô
- 1 thìa cà phê muối kosher
- ½ thìa cà phê tiêu đen mới xay
- 2 gói (16 ounce) phô mai mozzarella ít béo, cắt thành khối
- 32 ounce fusilli lúa mì nguyên hạt chưa nấu chín, nấu theo hướng dẫn trên bao bì; khoảng 16 cốc đã nấu chín

Hướng

a) Đun nóng dầu ô liu trong chảo lớn trên lửa vừa cao. Thêm thịt bò xay, xúc xích, hành tây và tỏi. Nấu cho đến khi chín vàng, từ 5 đến 7 phút, đảm bảo nghiền nát thịt bò và xúc xích khi nấu; tiêu mỡ thừa.

b) Chuyển hỗn hợp thịt bò xay vào nồi nấu chậm 6 lít. Khuấy cà chua, nước sốt cà chua, lá nguyệt quế, lá oregano, húng quế, húng tây, muối và hạt tiêu. Đậy nắp và nấu ở nhiệt độ thấp trong 7 giờ 45 phút. Mở nắp và vặn nồi nấu chậm lên mức cao. Tiếp tục nấu trong 15 phút, cho đến khi nước sốt đặc lại. Bỏ lá nguyệt quế và để nước sốt nguội hoàn toàn.

c) Chia nước sốt vào 16 lọ thủy tinh miệng rộng có nắp đậy hoặc các hộp chịu nhiệt khác. Phủ phô mai mozzarella và fusilli lên trên. Làm lạnh tối đa 4 ngày.

d) Để phục vụ, cho vào lò vi sóng, không đậy nắp, cho đến khi nóng hoàn toàn, khoảng 2 phút. Khuấy để kết hợp.

65. Lasagna lọ Mason

Thành phần

- 3 mì lasagna
- 1 muỗng canh dầu ô liu
- ½ pound thịt thăn xay
- 1 củ hành tây, thái hạt lựu
- 2 tép tỏi, băm nhỏ
- 3 muỗng canh bột cà chua
- 1 thìa cà phê gia vị Ý
- 2 lon (14,5 ounce) cà chua thái hạt lựu
- 1 quả bí vừa, nạo
- 1 củ cà rốt lớn, bào sợi
- 2 chén rau bina thái nhỏ
- Muối Kosher và hạt tiêu đen mới xay, vừa ăn
- 1 cốc phô mai ricotta ít béo
- 1 chén phô mai mozzarella cắt nhỏ, chia
- 2 muỗng canh lá húng quế tươi xắt nhỏ

Hướng

a) Trong một nồi nước muối sôi lớn, nấu mì ống theo hướng dẫn trên bao bì; thoát nước tốt. Cắt mỗi sợi mì thành 4 miếng; để qua một bên.

b) Đun nóng dầu ô liu trong chảo lớn hoặc lò nướng Hà Lan trên lửa vừa cao. Thêm thịt thăn xay và hành tây vào rồi nấu cho đến khi chín vàng, từ 3 đến 5 phút, đảm bảo làm nát thịt bò khi nấu; tiêu mỡ thừa.

c) Khuấy tỏi, bột cà chua và gia vị Ý và nấu cho đến khi có mùi thơm, từ 1 đến 2 phút. Khuấy cà chua, giảm nhiệt và đun nhỏ lửa cho đến khi hơi đặc lại, từ 5 đến 6 phút. Khuấy bí xanh, cà rốt và rau bina rồi nấu, khuấy thường xuyên cho đến khi mềm, từ 2 đến 3 phút. Nêm muối và hạt tiêu cho vừa ăn. Đặt nước sốt sang một bên.

d) Trong một bát nhỏ, trộn ricotta, $\frac{1}{2}$ cốc phô mai mozzarella và húng quế; nêm muối và hạt tiêu cho vừa ăn

e) Làm nóng lò ở nhiệt độ 375 độ F. Thoa nhẹ dầu vào 4 lọ thủy tinh miệng rộng (16 ounce) có nắp đậy hoặc các hộp đựng an toàn cho lò nướng khác hoặc phủ một lớp xịt chống dính.

f) Đặt 1 miếng mì ống vào mỗi lọ. Chia một phần ba nước sốt vào lọ. Lặp lại với lớp mì ống và nước sốt thứ hai. Phủ hỗn hợp ricotta, mì ống còn lại và nước sốt còn lại lên trên. Rắc $\frac{1}{2}$ cốc phô mai mozzarella còn lại.

g) Đặt lọ trên một tấm nướng bánh. Cho vào lò nướng và nướng cho đến khi sủi bọt, từ 25 đến 30 phút; Hoàn toàn mát mẻ. Làm lạnh tối đa 4 ngày.

66. Súp giải độc gừng miso

Thành phần

- 2 muỗng cà phê dầu mè nướng
- 2 muỗng cà phê dầu hạt cải
- 3 tép tỏi, băm nhỏ
- 1 muỗng canh gừng tươi xay
- 6 chén nước luộc rau
- 1 tờ kombu, cắt thành miếng nhỏ
- 4 muỗng cà phê tương miso trắng
- 1 (3,5 ounce) gói nấm hương, thái lát (khoảng 2 cốc)
- Đậu hủ cứng 8 ounce, cắt khối
- 5 cải chíp nhỏ, cắt nhỏ
- $\frac{1}{4}$ chén hành lá thái lát

Hướng

a) Đun nóng dầu mè và dầu hạt cải trong nồi lớn hoặc lò nướng kiểu Hà Lan ở lửa vừa. Thêm tỏi và gừng vào nấu, khuấy thường xuyên cho đến khi có mùi thơm, từ 1 đến 2 phút. Khuấy nước kho, kombu và tương miso rồi đun sôi. Đậy nắp, giảm nhiệt và đun nhỏ lửa trong 10 phút. Khuấy nấm và nấu cho đến khi mềm, khoảng 5 phút.

b) Khuấy đậu phụ và cải chíp rồi nấu cho đến khi đậu phụ nóng lên và cải thìa mềm, khoảng 2 phút. Khuấy hành lá. Phục vụ ngay lập tức.

c) Hoặc, để chuẩn bị trước, hãy để nước kho nguội hoàn toàn ở cuối bước 1. Sau đó cho đậu phụ, cải chíp và hành lá vào trộn đều. Chia vào các hộp kín, đậy kín và để trong tủ lạnh tối đa 3 ngày. Để hâm nóng lại, đặt vào lò vi sóng trong khoảng thời gian 30 giây cho đến khi nóng hoàn toàn.

67. Khoai lang nhồi

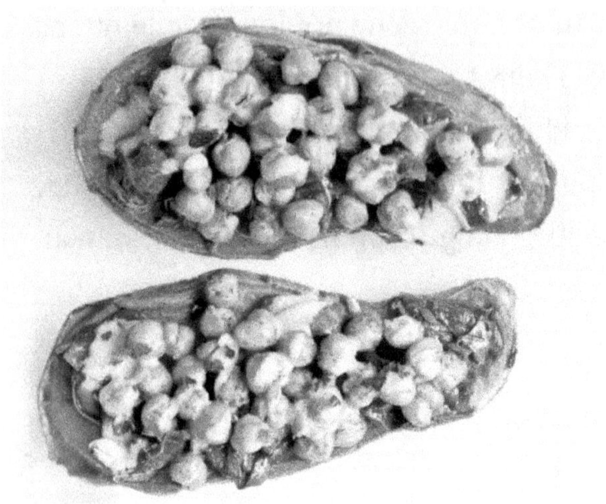

NĂNG LƯỢNG: 4 PHỤC VỤ

Thành phần

- 4 củ khoai lang vừa

Hướng

a) Làm nóng lò ở nhiệt độ 400 độ F. Lót giấy nến hoặc giấy nhôm vào khay nướng.

b) Đặt khoai lang thành một lớp trên khay nướng đã chuẩn bị sẵn. Nướng cho đến khi chín mềm, khoảng 1 giờ 10 phút.

c) Hãy nghỉ ngơi cho đến khi đủ mát để xử lý.

68.Khoai tây nhồi gà Hàn Quốc

Thành phần

- $\frac{1}{2}$ chén giấm rượu gạo
- 1 thìa đường
- Muối Kosher và hạt tiêu đen mới xay, vừa ăn
- 1 cốc cà rốt que diêm
- 1 củ hẹ lớn, thái lát
- $\frac{1}{4}$ muỗng cà phê ớt đỏ nghiền nát
- 2 thìa cà phê dầu mè
- 1 (10-ounce) gói rau bina tươi
- 2 tép tỏi, băm nhỏ
- 4 củ khoai lang nướng (tại đây)
- 2 chén gà mè cay Hàn Quốc (tại đây)

Hướng

a) Trong một cái chảo nhỏ, trộn giấm, đường, 1 thìa cà phê muối và $\frac{1}{4}$ cốc nước. Đun sôi trên lửa vừa. Khuấy cà rốt, hẹ tây và mảnh ớt đỏ. Tắt bếp và để yên trong 30 phút.

b) Đun nóng dầu mè trong chảo lớn trên lửa vừa. Khuấy rau bina và tỏi và nấu cho đến khi rau bina héo, từ 2 đến 4 phút. Nêm muối và hạt tiêu cho vừa ăn.

c) Cắt đôi khoai tây theo chiều dọc và nêm muối và hạt tiêu. Phủ thịt gà, hỗn hợp cà rốt và rau bina lên trên.

d) Chia khoai lang vào các hộp đựng chuẩn bị bữa ăn. Làm lạnh tối đa 3 ngày. Hâm nóng lại trong lò vi sóng trong khoảng thời gian 30 giây cho đến khi nóng hoàn toàn.

69.Khoai tây nhồi cải xoăn và ớt đỏ

Thành phần

- 1 muỗng canh dầu ô liu
- 2 tép tỏi, băm nhỏ
- 1 củ hành ngọt, thái hạt lựu
- 1 muỗng cà phê ớt bột xông khói
- 1 quả ớt chuông đỏ, thái lát mỏng
- 1 bó cải xoăn, bỏ cuống và cắt nhỏ lá
- Muối Kosher và hạt tiêu đen mới xay, vừa ăn
- 4 củ khoai lang nướng
- ½ cốc phô mai feta ít béo vụn

Hướng

a) Đun nóng dầu ô liu trong chảo lớn trên lửa vừa. Thêm tỏi và hành tây vào nấu, khuấy thường xuyên cho đến khi hành tây trong suốt, từ 2 đến 3 phút. Khuấy ớt bột và nấu cho đến khi có mùi thơm, khoảng 30 giây.

b) Khuấy ớt chuông và nấu cho đến khi mềm giòn, khoảng 2 phút. Khuấy cải xoăn, mỗi lần một ít và nấu cho đến khi có màu xanh tươi và chỉ héo, từ 3 đến 4 phút.

c) Cắt đôi khoai tây và nêm muối và hạt tiêu. Top với hỗn hợp cải xoăn và feta.

d) Chia khoai lang vào các hộp đựng chuẩn bị bữa ăn.

70.Khoai tây nhồi gà mù tạt

Thành phần

- 1 muỗng canh dầu ô liu
- 2 chén đậu xanh tươi cắt nhỏ
- 1 $\frac{1}{2}$ chén nấm cremini cắt tư
- 1 củ hẹ, băm nhỏ
- 1 tép tỏi, băm nhỏ
- 2 muỗng canh lá mùi tây tươi xắt nhỏ
- Muối Kosher và hạt tiêu đen mới xay, vừa ăn
- 4 củ khoai lang nướng (tại đây)
- 2 chén gà mù tạt mật ong (tại đây)

Hướng

a) Đun nóng dầu ô liu trong chảo lớn trên lửa vừa. Thêm đậu xanh, nấm và hẹ tây vào nấu, khuấy thường xuyên cho đến khi đậu xanh mềm giòn, khoảng 5 đến 6 phút. Khuấy tỏi và mùi tây và nấu cho đến khi có mùi thơm, khoảng 1 phút. Nêm muối và hạt tiêu cho vừa ăn.

b) Cắt đôi khoai tây theo chiều dọc và nêm muối và hạt tiêu. Top với hỗn hợp đậu xanh và thịt gà.

c) Chia khoai lang vào các hộp đựng chuẩn bị bữa ăn. Làm lạnh tối đa 3 ngày. Hâm nóng lại trong lò vi sóng trong khoảng thời gian 30 giây cho đến khi nóng hoàn toàn.

71.Đậu đen và khoai tây nhồi Pico de Gallo

Thành phần

Đậu đen

- 1 muỗng canh dầu ô liu
- ½ củ hành ngọt, thái hạt lựu
- 1 tép tỏi, băm nhỏ
- 1 thìa cà phê ớt bột
- ½ thìa cà phê thì là xay
- 1 lon đậu đen (15,5 ounce), rửa sạch và để ráo nước
- 1 muỗng cà phê giấm táo
- Muối Kosher và hạt tiêu đen mới xay, vừa ăn

Pico de Gallo

- 2 quả cà chua mận, thái hạt lựu
- ½ củ hành ngọt, thái hạt lựu
- 1 jalapeño, bỏ hạt và băm nhỏ
- 3 muỗng canh lá ngò tươi cắt nhỏ
- 1 muỗng canh nước cốt chanh mới vắt
- Muối Kosher và hạt tiêu đen mới xay, vừa ăn

- 4 củ khoai lang nướng (tại đây)
- 1 quả bơ, cắt đôi, bỏ hạt, gọt vỏ và thái hạt lựu
- $\frac{1}{4}$ cốc kem chua nhẹ

Hướng

a) ĐỐI VỚI ĐẬU: Đun nóng dầu ô liu trong chảo vừa trên lửa vừa. Thêm hành tây và nấu, khuấy thường xuyên cho đến khi trong suốt, từ 2 đến 3 phút. Khuấy tỏi, bột ớt và thì là và nấu cho đến khi có mùi thơm, khoảng 1 phút.

b) Khuấy đậu và ⅔ cốc nước. Đun sôi, giảm nhiệt và nấu cho đến khi giảm, khoảng 10 đến 15 phút. Dùng máy nghiền khoai tây, nghiền đậu cho đến khi đạt được độ mịn và độ đặc như mong muốn. Khuấy giấm và nêm muối và hạt tiêu cho vừa ăn.

c) ĐỐI VỚI PICO DE GALLO: Kết hợp cà chua, hành tây, ớt jalapeño, ngò và nước cốt chanh vào tô vừa. Nêm muối và hạt tiêu cho vừa ăn.

d) Cắt đôi khoai tây theo chiều dọc và nêm muối và hạt tiêu. Phủ hỗn hợp đậu đen và pico de gallo lên trên.

e) Chia khoai lang vào các hộp đựng chuẩn bị bữa ăn. Làm lạnh tối đa 3 ngày. Hâm nóng lại trong lò vi sóng trong khoảng thời gian 30 giây cho đến khi nóng hoàn toàn.

72. Mì bí ngòi với thịt viên gà tây

Thành phần

- 1 pound gà tây xay
- ⅓ cốc panko
- 3 muỗng canh Parmesan mới xay
- 2 lòng đỏ trứng lớn
- ¾ thìa cà phê lá oregano khô
- ¾ muỗng cà phê húng quế khô
- ½ muỗng cà phê mùi tây khô
- ¼ thìa cà phê bột tỏi
- ¼ muỗng cà phê ớt đỏ nghiền nát
- Muối Kosher và hạt tiêu đen mới xay, vừa ăn
- 2 pound (3 vừa) bí xanh, xoắn ốc
- 2 thìa cà phê muối kosher
- 2 chén nước sốt marinara (tự làm hoặc mua ở cửa hàng)
- ¼ cốc phô mai Parmesan mới bào

Hướng

a) Làm nóng lò ở nhiệt độ 400 độ F. Thoa nhẹ dầu vào đĩa nướng 9x13 inch hoặc phủ một lớp xịt chống dính.

b) Trong một tô lớn, trộn gà tây xay, panko, Parmesan, lòng đỏ trứng, lá oregano, húng quế, rau mùi tây, bột tỏi và ớt đỏ; Nêm với muối và hạt tiêu. Dùng thìa gỗ hoặc tay sạch trộn đều cho đến khi hòa quyện. Lăn hỗn hợp thành 16 đến 20 viên thịt, mỗi viên có đường kính từ 1 đến 1 $\frac{1}{2}$ inch.

c) Đặt các viên thịt vào khay nướng đã chuẩn bị sẵn và nướng trong vòng 15 đến 18 phút, cho đến khi chín vàng đều; để qua một bên.

d) Đặt bí xanh vào một cái chao phía trên bồn rửa. Thêm muối và trộn nhẹ nhàng để kết hợp; hãy ngồi trong 10 phút. Trong một nồi nước sôi lớn, nấu bí xanh trong 30 giây đến 1 phút; thoát nước tốt.

e) Chia bí xanh vào các hộp đựng chuẩn bị bữa ăn. Phủ thịt viên, sốt marinara và phô mai Parmesan lên trên. Sẽ bảo quản trong tủ lạnh từ 3 đến 4 ngày. Hâm nóng trong lò vi sóng, không đậy nắp, trong khoảng thời gian 30 giây cho đến khi nóng hoàn toàn.

73. Thịt viên dễ làm

Năng suất khoảng 18 viên thịt

Thành phần

- 20 oz. (600g) ức gà tây xay thêm nạc
- ½ cốc (40g) bột yến mạch
- 1 quả trứng
- 2 cốc (80 g) rau bina, cắt nhỏ (tùy chọn)
- 1 thìa cà phê bột tỏi
- ¾ thìa cà phê muối
- ½ thìa cà phê tiêu

Hướng

a) Làm nóng lò ở nhiệt độ 350F (180C).

b) Trộn tất cả nguyên liệu vào một cái bát.

c) Cuộn thịt thành những viên thịt có kích thước bằng quả bóng gôn và chuyển sang đĩa nướng có phun 9x13" (30x20cm).

d) Nướng trong 15 phút .

74. Súp 3 Thành Phần

Mang lại 8 phần ăn

Thành phần

- 2 15 oz. (mỗi loại 425g) đậu lon (mình dùng 1 lon đậu đen và 1 lon đậu trắng), để ráo nước/rửa sạch
- 1 15 oz. (425g) cà chua thái hạt lựu
- 1 cốc (235 mL) nước luộc gà/rau, muối và tiêu cho vừa ăn

Hướng

a) Kết hợp tất cả các thành phần trong chảo trên lửa vừa cao. Đun sôi.

b) Sau khi sôi, đậy nắp và đun nhỏ lửa trong 25 phút.

c) Sử dụng máy xay ngâm (hoặc chuyển sang máy xay/máy chế biến thông thường theo mẻ) để xay nhuyễn súp đến độ đặc mong muốn.

d) Ăn nóng với sữa chua Hy Lạp thay thế kem chua, phô mai cheddar ít béo và hành lá!

e) Kéo dài đến 5 ngày trong tủ lạnh.

75. Salsa nấu chậm Thổ Nhĩ Kỳ

Mang lại 6 phần ăn

Thành phần

- 20 oz. (600g) ức gà tây xay thêm nạc
- 1 15,5 oz. lọ (440g) salsa
- muối và hạt tiêu cho vừa ăn (tùy chọn)

Hướng

a) Thêm gà tây xay và salsa vào nồi nấu chậm của bạn.

b) Biến nhiệt xuống thấp. Để nấu trong 6-8 giờ, chậm và nhỏ. Khuấy một hoặc hai lần trong suốt thời gian nấu. (Nấu ở nhiệt độ cao trong 4 giờ nếu bạn đang thiếu thời gian).

c) Ăn kèm với salsa lạnh, sữa chua Hy Lạp thay thế kem chua, phô mai hoặc hành lá!

d) Bảo quản ngăn mát tủ lạnh 5 ngày, ngăn đông 3-4 tháng.

76. Burrito-Bát-Trong-Một-Jar

Mang lại 1 lọ

Thành phần

- 2 muỗng canh salsa
- $\frac{1}{4}$ cốc (40g) đậu/đậu salsa ⅓ cốc (60g) cơm/quinoa
- 3 oz. (85g) gà tây nạc xay, thịt gà hoặc protein tùy chọn
- 2 muỗng canh phô mai cheddar ít béo
- 1 $\frac{1}{2}$ cốc (60g) rau diếp/rau xanh
- 1 muỗng canh sữa chua Hy Lạp ("kem chua")
- $\frac{1}{4}$ quả bơ

Hướng

a) Xếp tất cả nguyên liệu vào lọ.

b) Bảo quản để ăn sau.

c) Khi ăn bạn đổ hũ ra đĩa hoặc tô trộn đều và thưởng thức nhé!

d) Bảo quản được 4-5 ngày trong tủ lạnh.

BỮA TRƯA LẠNH

77. Bát chuẩn bị bữa ăn Carnitas

Thành phần

- 2 ½ thìa cà phê ớt bột
- 1 ½ thìa cà phê thì là xay
- 1 ½ thìa cà phê lá oregano khô
- 1 thìa cà phê muối kosher, hoặc nhiều hơn tùy khẩu vị
- ½ muỗng cà phê tiêu đen xay, hoặc nhiều hơn tùy khẩu vị
- 1 (3 pound) thịt thăn lợn, cắt bỏ mỡ thừa
- 4 tép tỏi, bóc vỏ
- 1 củ hành tây, cắt thành múi
- Nước ép của 2 quả cam
- Nước ép của 2 quả chanh
- 8 chén cải xoăn thái nhỏ
- 4 quả cà chua mận, xắt nhỏ
- 2 (15-ounce) lon đậu đen, để ráo nước và rửa sạch
- 4 chén hạt ngô (đông lạnh, đóng hộp hoặc rang)
- 2 quả bơ, cắt đôi, bỏ hạt, gọt vỏ và thái hạt lựu
- 2 quả chanh, cắt thành miếng vuông

Hướng

a) Trong một bát nhỏ, trộn bột ớt, thì là, lá oregano, muối và tiêu. Ướp thịt lợn với hỗn hợp gia vị, xát đều các mặt.

b) Cho thịt lợn, tỏi, hành tây, nước cam và nước cốt chanh vào nồi nấu chậm. Đậy nắp và nấu ở mức thấp trong 8 giờ hoặc ở mức cao trong 4 đến 5 giờ.

c) Lấy thịt lợn ra khỏi nồi và xé thịt. Cho nó trở lại nồi và trộn với nước trái cây; nêm muối và hạt tiêu, nếu cần. Đậy nắp và giữ ấm thêm 30 phút.

d) Đặt thịt lợn, cải xoăn, cà chua, đậu đen và ngô vào hộp đựng đồ ăn. Sẽ bảo quản trong tủ lạnh từ 3 đến 4 ngày. Ăn kèm với bơ và chanh.

78. Salad xúc xích Chicago

Thành phần

- 2 muỗng canh dầu ô liu nguyên chất
- 1 ½ muỗng canh mù tạt vàng
- 1 muỗng canh giấm rượu vang đỏ
- 2 thìa cà phê hạt anh túc
- ½ thìa cà phê muối cần tây
- một nhúm muối
- Muối Kosher và hạt tiêu đen mới xay, vừa ăn
- 1 cốc quinoa
- 4 chiếc xúc xích gà tây giảm béo
- 3 chén cải xoăn thái nhỏ
- 1 cốc cà chua bi cắt đôi
- ⅓ chén hành trắng thái hạt lựu
- ¼ chén ớt thể thao
- 8 ngọn dưa muối thì là

Hướng

a) ĐỂ LÀM DỪA: Trộn đều dầu ô liu, mù tạt, giấm, hạt anh túc, muối cần tây và đường trong một tô vừa. Nêm muối và hạt tiêu cho vừa ăn. Đậy nắp và để lạnh trong 3 đến 4 ngày.

b) Nấu quinoa theo hướng dẫn trên bao bì trong nồi lớn với 2 cốc nước; để qua một bên.

c) Đun nóng và nướng ở mức trung bình cao. Cho xúc xích vào nướng và nấu cho đến khi có màu vàng nâu và cháy nhẹ ở tất cả các mặt, từ 4 đến 5 phút. Để nguội và cắt thành miếng vừa ăn.

d) Chia hạt quinoa, xúc xích, cà chua, hành tây và ớt vào các hộp đựng chuẩn bị bữa ăn. Bảo quản tủ lạnh được 3 đến 4 ngày.

e) Để phục vụ, đổ nước sốt lên trên món salad và trộn nhẹ nhàng. Dùng ngay, trang trí bằng dưa chua nếu muốn.

79. Bát taco cá

Thành phần

Sốt chanh ngò

- 1 chén rau mùi đóng gói lỏng lẻo, bỏ cuống
- ½ cốc sữa chua Hy Lạp
- 2 tép tỏi,
- Nước ép 1 quả chanh
- Một chút muối kosher
- ¼ chén dầu ô liu nguyên chất
- 2 muỗng canh giấm táo

Cá rô phi

- 3 muỗng canh bơ không muối, tan chảy
- 3 tép tỏi, băm nhỏ
- Vỏ bào của 1 quả chanh
- 2 muỗng canh nước cốt chanh mới vắt, hoặc nhiều hơn tùy theo khẩu vị
- 4 phi lê cá rô phi (4 ounce)
- Muối Kosher và hạt tiêu đen mới xay, vừa ăn
- ⅔ cốc quinoa

- 2 chén cải xoăn thái nhỏ
- 1 chén bắp cải đỏ thái nhỏ
- 1 chén hạt ngô (đóng hộp hoặc rang)
- 2 quả cà chua mận, thái hạt lựu
- $\frac{1}{4}$ cốc bánh tortilla nghiền nát
- 2 muỗng canh lá ngò tươi cắt nhỏ

Hướng

a) ĐỂ LÀM MÓN: Trộn ngò, sữa chua, tỏi, nước cốt chanh và muối vào tô của máy xay thực phẩm. Khi động cơ đang chạy, thêm dầu ô liu và giấm vào từ từ cho đến khi nhũ hóa. Đậy nắp và để lạnh trong 3 đến 4 ngày.

b) ĐỐI VỚI CÁ NGÔ: Làm nóng lò nướng ở nhiệt độ 425 độ F. Thoa nhẹ dầu lên đĩa nướng 9x13 inch hoặc phủ một lớp xịt chống dính.

c) Trong một bát nhỏ, trộn đều bơ, tỏi, vỏ chanh và nước cốt chanh. Nêm cá rô phi với muối và hạt tiêu rồi cho vào đĩa nướng đã chuẩn bị sẵn. Rưới hỗn hợp bơ lên.

d) Nướng cho đến khi cá bong ra dễ dàng bằng nĩa, từ 10 đến 12 phút.

e) Nấu quinoa theo hướng dẫn trên bao bì trong nồi lớn với 2 cốc nước. Chuyển bay mát mẻ.

f) Chia quinoa vào các hộp đựng chuẩn bị bữa ăn. Phủ cá rô phi, cải xoăn, bắp cải, ngô, cà chua và khoai tây chiên lên trên.

g) Khi ăn, rưới nước sốt chanh ngò, trang trí bằng ngò nếu muốn.

80. Salad cobb thu hoạch

Thành phần

Nước sốt hạt anh túc

- $\frac{1}{4}$ cốc sữa 2%
- 3 muỗng canh dầu ô liu sốt mayonnaise
- 2 thìa sữa chua Hy Lạp
- 1 $\frac{1}{2}$ thìa đường, hoặc nhiều hơn tùy khẩu vị
- 1 muỗng canh giấm táo
- 1 muỗng canh hạt anh túc
- 2 muỗng canh dầu ô liu

Xa lát

- Bí đao 16 ounce, cắt thành khối 1 inch
- 16 ounce cải Brussels, giảm một nửa
- 2 nhánh húng tây tươi
- 5 lá xô thơm tươi
- Muối Kosher và hạt tiêu đen mới xay, vừa ăn
- 4 quả trứng vừa
- 4 lát thịt xông khói, thái hạt lựu

- 8 chén cải xoăn thái nhỏ
- 1 ⅓ chén cơm hoang nấu chín

Hướng

a) ĐỐI VỚI MẶT NẠ: Đánh đều sữa, sốt mayonnaise, sữa chua, đường, giấm và hạt anh túc trong một cái bát nhỏ. Đậy nắp và để lạnh tối đa 3 ngày.

b) Làm nóng lò ở nhiệt độ 400 độ F. Thoa nhẹ dầu lên khay nướng hoặc phủ một lớp xịt chống dính.

c) Đặt bí và cải Brussels lên khay nướng đã chuẩn bị sẵn. Thêm dầu ô liu, húng tây và cây xô thơm rồi trộn nhẹ nhàng để kết hợp; Nêm với muối và hạt tiêu. Xếp thành một lớp đều và nướng, quay một lần trong 25 đến 30 phút cho đến khi mềm; để qua một bên.

d) Trong khi đó, đặt trứng vào một cái chảo lớn và phủ nước lạnh khoảng 1 inch. Đun sôi và nấu trong 1 phút. Đậy nắp nồi thật kín và tắt bếp; để yên trong 8 đến 10 phút. Xả sạch và để nguội trước khi gọt vỏ và cắt lát.

e) Đun nóng chảo lớn trên lửa vừa cao. Thêm thịt xông khói và nấu cho đến khi có màu nâu và giòn, từ 6 đến 8 phút; tiêu mỡ thừa. Chuyển sang đĩa có lót khăn giấy; để qua một bên.

f) Để chế biến các món salad, hãy đặt cải xoăn vào hộp đựng chuẩn bị bữa ăn; xếp các hàng bí, cải Brussels, thịt xông khói, trứng và lúa dại lên trên. Sẽ bảo quản trong tủ lạnh từ 3 đến 4 ngày. Ăn kèm với nước sốt hạt anh túc.

81. Salad lõi ngô súp lơ trâu

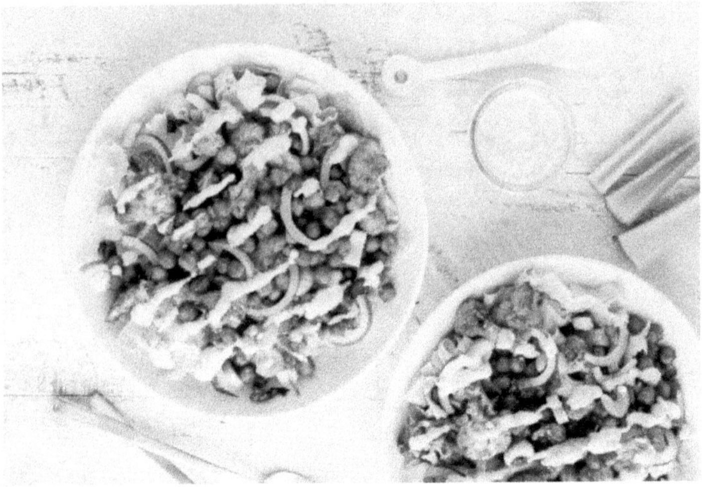

Thành phần

- 3-4 chén hoa súp lơ
- 1 15 oz. Đậu xanh có thể để ráo nước, rửa sạch và vỗ nhẹ cho khô
- 2 muỗng cà phê dầu bơ
- ½ thìa cà phê tiêu
- ½ muỗng cà phê muối biển
- ½ chén nước sốt cánh trâu
- 4 cốc romaine tươi, xắt nhỏ
- ½ chén cần tây, xắt nhỏ
- ¼ chén hành đỏ, thái lát
- Nước sốt trang trại thuần chay dạng kem:
- ½ chén hạt điều sống, ngâm 3-4 tiếng hoặc qua đêm
- ½ cốc nước ngọt
- 2 thìa cà phê thì là khô
- 1 thìa cà phê bột tỏi
- 1 thìa cà phê bột hành
- ½ muỗng cà phê muối biển
- nhúm hạt tiêu đen

Hướng

a) Đặt lò nướng ở nhiệt độ 450°F.
b) Cho súp lơ, đậu xanh, dầu, tiêu và muối vào tô lớn rồi trộn đều.
c) Đổ hỗn hợp lên khay nướng hoặc đá. Nướng trong 20 phút. Lấy khay nướng ra khỏi lò, rưới nước sốt trâu lên trên hỗn hợp và trộn đều. Nướng thêm 10-15 phút nữa hoặc cho đến khi đậu xanh giòn và súp lơ được rang theo ý thích của bạn. Lấy ra khỏi lò.
d) Cho hạt điều đã ngâm và để ráo nước vào máy xay công suất lớn hoặc máy chế biến thực phẩm cùng với 1/2 cốc nước, thì là, bột tỏi, bột hành, muối và tiêu. Xay đến khi mịn.
e) Lấy hai bát salad và thêm 2 cốc romaine cắt nhỏ, 1/4 cốc cần tây và 1/8 cốc hành tây vào mỗi bát. Top với súp lơ trâu rang và đậu xanh. Rưới nước lên quần áo và tận hưởng!

82. Bát đựng củ cải đường và cải Brussels

Thành phần

- 3 củ cải vừa (khoảng 1 pound)
- 1 muỗng canh dầu ô liu
- Muối Kosher và hạt tiêu đen mới xay, vừa ăn
- 1 cốc Farro
- 4 chén rau chân vịt hoặc cải xoăn
- 2 chén cải Brussels (khoảng 8 ounce), thái lát mỏng
- 3 quả quýt, gọt vỏ và cắt khúc
- ½ chén hồ đào, nướng
- ½ chén hạt lựu

Dấm rượu vang đỏ mật ong-Dijon

- ¼ chén dầu ô liu nguyên chất
- 2 muỗng canh giấm rượu vang đỏ
- ½ củ hẹ, băm nhỏ
- 1 thìa mật ong
- 2 thìa cà phê mù tạt nguyên hạt
- Muối Kosher và hạt tiêu đen mới xay, vừa ăn

Hướng

a) Làm nóng lò ở nhiệt độ 400 độ F. Lót giấy bạc vào khay nướng.

b) Đặt củ cải lên giấy bạc, rưới dầu ô liu và nêm muối và hạt tiêu. Gấp cả 4 mặt của giấy bạc lại để làm túi đựng. Nướng cho đến khi mềm, 35 đến 45 phút; để nguội, khoảng 30 phút.

c) Dùng khăn giấy sạch chà xát củ cải để loại bỏ vỏ; thái thành từng miếng vừa ăn.

d) Nấu món farro theo hướng dẫn trên bao bì, sau đó để nguội.

e) Chia củ cải vào 4 lọ thủy tinh miệng rộng (32 ounce) có nắp đậy. Top với rau bina hoặc cải xoăn, farro, cải Brussels, quýt, quả hồ đào và hạt lựu. Sẽ bảo quản trong tủ lạnh trong 3 hoặc 4 ngày.

f) ĐỐI VỚI DỪA: Trộn đều dầu ô liu, giấm, hẹ tây, mật ong, mù tạt và 1 muỗng canh nước; nêm muối và hạt tiêu cho vừa ăn. Đậy nắp và để lạnh tối đa 3 ngày.

g) Để phục vụ, thêm dầu giấm vào mỗi lọ và lắc. Phục vụ ngay lập tức.

83. Salad bông cải xanh lọ Mason

Thành phần

- 3 muỗng canh sữa 2%
- 2 muỗng canh dầu ô liu sốt mayonnaise
- 2 thìa sữa chua Hy Lạp
- 1 muỗng canh đường, hoặc nhiều hơn tùy khẩu vị
- 2 muỗng cà phê giấm táo
- $\frac{1}{2}$ cốc hạt điều
- $\frac{1}{4}$ cốc quả nam việt quất khô
- $\frac{1}{2}$ chén hành đỏ thái hạt lựu
- Phô mai cheddar 2 ounce, thái hạt lựu
- 5 chén bông cải xanh thái nhỏ

Hướng

a) ĐỐI VỚI MẶT NẠ: Đánh đều sữa, sốt mayonnaise, sữa chua, đường và giấm trong một cái bát nhỏ.

b) Chia nước sốt vào 4 lọ thủy tinh miệng rộng (16 ounce) có nắp đậy. Phủ hạt điều, quả nam việt quất, hành tây, phô mai và bông cải xanh lên trên. Làm lạnh tối đa 3 ngày.

c) Để phục vụ, lắc nội dung của bình và phục vụ ngay lập tức.

84.Gỏi gà hũ Mason

Thành phần

- 2 ½ chén gà quay cắt nhỏ còn sót lại
- ½ cốc sữa chua Hy Lạp
- 2 muỗng canh dầu ô liu sốt mayonnaise
- ¼ chén hành đỏ thái hạt lựu
- 1 cọng cần tây, thái hạt lựu
- 1 muỗng canh nước cốt chanh mới vắt, hoặc nhiều hơn tùy theo khẩu vị
- 1 thìa cà phê tarragon tươi cắt nhỏ
- ½ muỗng cà phê mù tạt Dijon
- ½ thìa cà phê bột tỏi
- Muối Kosher và hạt tiêu đen mới xay, vừa ăn
- 4 chén cải xoăn thái nhỏ
- 2 quả táo Granny Smith, bỏ lõi và cắt nhỏ
- ½ cốc hạt điều
- ½ cốc quả nam việt quất khô

Hướng

a) Trong một tô lớn, trộn thịt gà, sữa chua, sốt mayonnaise, hành tím, cần tây, nước cốt chanh, ngải giấm, mù tạt và bột tỏi; nêm muối và hạt tiêu cho vừa ăn.

b) Chia hỗn hợp gà vào 4 lọ thủy tinh miệng rộng (24 ounce) có nắp đậy. Phủ cải xoăn, táo, hạt điều và quả nam việt quất lên trên. Làm lạnh tối đa 3 ngày.

c) Để phục vụ, lắc nội dung của bình và phục vụ ngay lập tức.

85.Gỏi gà kiểu Trung Hoa lọ Mason

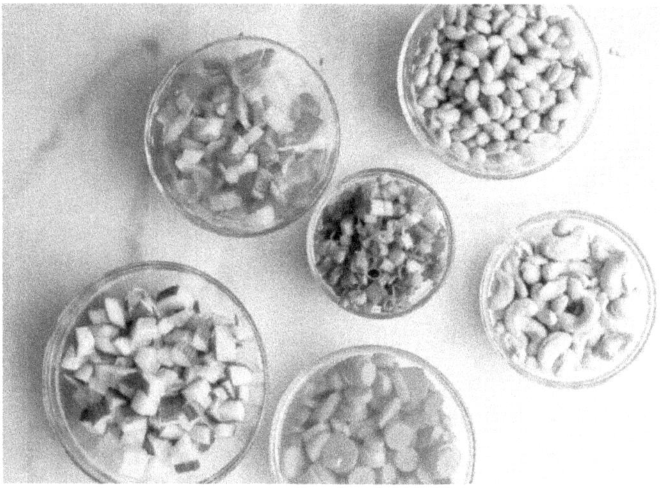

Thành phần

- ½ chén giấm rượu gạo
- 2 tép tỏi, ép
- 1 muỗng canh dầu mè
- 1 muỗng canh gừng tươi xay
- 2 muỗng cà phê đường, hoặc nhiều hơn tùy khẩu vị
- ½ muỗng cà phê nước tương giảm natri
- 2 củ hành xanh, thái lát mỏng
- 1 muỗng cà phê hạt vừng
- 2 củ cà rốt, gọt vỏ và xay nhuyễn
- 2 cốc dưa chuột kiểu Anh thái hạt lựu
- 2 chén bắp cải tím thái nhỏ
- 12 chén cải xoăn xắt nhỏ
- 1 ½ chén gà quay thái hạt lựu còn sót lại
- 1 cốc hoành thánh

Hướng

a) ĐỐI VỚI DỪA: Trộn đều giấm, tỏi, dầu mè, gừng, đường và nước tương trong một bát nhỏ. Chia nước sốt vào 4 lọ thủy tinh miệng rộng (32 ounce) có nắp đậy.

b) Phủ hành lá, hạt vừng, cà rốt, dưa chuột, bắp cải, cải xoăn và thịt gà lên trên. Làm lạnh tối đa 3 ngày. Bảo quản các dải hoành thánh riêng biệt.

c) Để phục vụ, hãy lắc lượng chứa trong lọ và thêm các dải hoành thánh. Phục vụ ngay lập tức.

86. Salad niçoise hũ Mason

Thành phần

- 2 quả trứng vừa
- 2 $\frac{1}{2}$ chén đậu xanh cắt đôi
- 3 (7 ounce) lon cá ngừ albacore đóng gói trong nước, để ráo nước và rửa sạch
- $\frac{1}{4}$ chén dầu ô liu nguyên chất
- 2 muỗng canh giấm rượu vang đỏ
- 2 muỗng canh hành đỏ thái hạt lựu
- 2 muỗng canh lá mùi tây tươi xắt nhỏ
- 1 muỗng canh lá ngải giấm tươi xắt nhỏ
- 1 $\frac{1}{2}$ thìa cà phê mù tạt Dijon
- Muối Kosher và hạt tiêu đen mới xay, vừa ăn
- 1 cốc cà chua bi cắt đôi
- 4 chén rau diếp bơ rách
- 3 chén lá rau arugula
- 12 quả ô liu Kalamata
- 1 quả chanh, cắt thành múi (tùy chọn)

Hướng

a) Đặt trứng vào một cái chảo lớn và phủ nước lạnh khoảng 1 inch. Đun sôi và nấu trong 1 phút. Đậy nắp nồi thật kín và tắt bếp; để yên trong 8 đến 10 phút.

b) Trong khi đó, trong một nồi nước muối sôi lớn, chần đậu xanh cho đến khi có màu xanh tươi, khoảng 2 phút. Xả và làm nguội trong một bát nước đá. Thoát nước tốt. Xả trứng và để nguội trước khi bóc vỏ và cắt trứng làm đôi theo chiều dọc.

c) Trong một tô lớn, kết hợp cá ngừ, dầu ô liu, giấm, hành tây, rau mùi tây, tarragon và Dijon cho đến khi vừa kết hợp; nêm muối và hạt tiêu cho vừa ăn.

d) Chia hỗn hợp cá ngừ vào 4 lọ thủy tinh miệng rộng (32 ounce) có nắp đậy. Phủ đậu xanh, trứng, cà chua, xà lách bơ, rau arugula và ô liu lên trên. Làm lạnh tối đa 3 ngày.

e) Để phục vụ, lắc nội dung của một cái lọ. Dùng ngay, kèm chanh nếu muốn.

87. Bát cá ngừ cay

Thành phần

- 1 chén gạo lứt hạt dài
- 3 muỗng canh dầu ô liu sốt mayonnaise
- 3 thìa sữa chua Hy Lạp
- 1 muỗng canh sốt sriracha, hoặc nhiều hơn tùy khẩu vị
- 1 muỗng canh nước cốt chanh
- 2 muỗng cà phê nước tương giảm natri
- 2 (5 ounce) lon cá ngừ albacore, để ráo nước và rửa sạch
- Muối Kosher và hạt tiêu đen mới xay, vừa ăn
- 2 chén cải xoăn thái nhỏ
- 1 muỗng canh hạt mè rang
- 2 muỗng cà phê dầu mè nướng
- 1 $\frac{1}{2}$ cốc dưa chuột kiểu Anh thái hạt lựu
- $\frac{1}{2}$ chén gừng ngâm
- 3 củ hành xanh, thái lát mỏng
- $\frac{1}{2}$ chén nori rang cắt nhỏ

Hướng

a) Nấu cơm theo hướng dẫn trên bao bì trong 2 cốc nước trong nồi vừa; để qua một bên.

b) Trong một bát nhỏ, trộn đều sốt mayonnaise, sữa chua, sriracha, nước cốt chanh và nước tương. Múc 2 thìa hỗn hợp sốt mayonnaise vào tô thứ hai, đậy nắp và để trong tủ lạnh. Khuấy cá ngừ vào hỗn hợp mayo còn lại và trộn nhẹ nhàng; nêm muối và hạt tiêu cho vừa ăn.

c) Trong một tô vừa, trộn cải xoăn, hạt vừng và dầu mè; nêm muối và hạt tiêu cho vừa ăn.

d) Chia cơm vào các hộp đựng chuẩn bị bữa ăn. Phủ hỗn hợp cá ngừ, hỗn hợp cải xoăn, dưa chuột, gừng, hành lá và rong biển nori lên trên. Làm lạnh tối đa 3 ngày.

e) Khi dùng, rưới hỗn hợp sốt mayonnaise lên.

88. Salad lõi ngô bít tết

dấm balsamic

- 3 muỗng canh dầu ô liu nguyên chất
- 4 ½ muỗng cà phê giấm balsamic
- 1 tép tỏi, ép
- 1 ½ muỗng cà phê mảnh mùi tây khô
- ¼ muỗng cà phê húng quế khô
- ¼ thìa cà phê lá oregano khô

Xa lát

- 4 quả trứng vừa
- 1 muỗng canh bơ không muối
- Bít tết 12 ounce
- 2 muỗng cà phê dầu ô liu
- Muối Kosher và hạt tiêu đen mới xay, vừa ăn
- 8 chén rau chân vịt non
- 2 cốc cà chua bi, giảm một nửa
- ½ cốc nửa quả hồ đào
- ½ cốc phô mai feta ít béo vụn

Hướng

a) ĐỐI VỚI GIÀY BALSAMIC: Đánh đều dầu ô liu, giấm balsamic, đường, tỏi, mùi tây, húng quế, lá oregano và mù tạt (nếu dùng) trong một tô vừa. Đậy nắp và để lạnh tối đa 3 ngày.

b) Đặt trứng vào một cái chảo lớn và phủ nước lạnh khoảng 1 inch. Đun sôi và nấu trong 1 phút. Đậy nắp nồi thật kín và tắt bếp; để yên trong 8 đến 10 phút. Xả sạch và để nguội trước khi gọt vỏ và cắt lát.

c) Đun chảy bơ trong chảo lớn trên lửa vừa cao. Dùng khăn giấy thấm khô cả hai mặt miếng bít tết. Rắc dầu ô liu và nêm muối và hạt tiêu. Cho bít tết vào chảo và nấu, lật một lần cho đến khi chín tới độ chín mong muốn, 3 đến 4 phút mỗi mặt đối với thịt vừa tái. Để yên 10 phút trước khi cắt thành từng miếng vừa ăn.

d) Để làm món salad, hãy đặt rau bina vào hộp đựng đồ ăn; trên cùng là các hàng bít tết, trứng, cà chua, hồ đào và feta được sắp xếp sẵn. Đậy nắp và để lạnh tối đa 3 ngày. Ăn kèm với dầu giấm balsamic hoặc nước sốt tùy thích.

89. Bát ăn khoai lang

Thành phần

- 2 củ khoai lang vừa, gọt vỏ và cắt thành khối 1 inch
- 3 muỗng canh dầu ô liu nguyên chất, chia
- ½ thìa cà phê ớt bột xông khói
- Muối Kosher và hạt tiêu đen mới xay, vừa ăn
- 1 cốc Farro
- 1 bó cải xoăn lacinato, cắt nhỏ
- 1 muỗng canh nước cốt chanh mới vắt
- 1 chén bắp cải đỏ thái nhỏ
- 1 cốc cà chua bi cắt đôi
- ¾ cốc đậu Garbanzo giòn
- 2 quả bơ, cắt đôi, bỏ hạt và gọt vỏ

Hướng

a) Làm nóng lò ở nhiệt độ 400 độ F. Lót giấy nến vào khay nướng.

b) Đặt khoai lang lên khay nướng đã chuẩn bị sẵn. Thêm 1 $\frac{1}{2}$ thìa dầu ô liu và ớt bột, nêm muối và hạt tiêu rồi trộn nhẹ nhàng để kết hợp. Xếp thành một lớp duy nhất và nướng trong 20 đến 25 phút, lật một lần cho đến khi dễ dàng đâm bằng nĩa.

c) Nấu món farro theo hướng dẫn trên bao bì; để qua một bên.

d) Kết hợp cải xoăn, nước cốt chanh và 1 $\frac{1}{2}$ thìa dầu ô liu còn lại vào một bát vừa. Massage cải xoăn cho đến khi hòa quyện và nêm muối và hạt tiêu cho vừa ăn.

e) Chia farro vào hộp đựng chuẩn bị bữa ăn. Phủ khoai lang, bắp cải, cà chua và garbanzos giòn lên trên. Làm lạnh tối đa 3 ngày. Ăn kèm với quả bơ.

90. Bát phật gà kiểu Thái

Thành phần

Sốt đậu phộng

- 3 muỗng canh kem bơ đậu phộng
- 2 muỗng canh nước cốt chanh mới vắt
- 1 muỗng canh nước tương giảm natri
- 2 muỗng cà phê đường nâu đậm
- 2 thìa cà phê sambal oelek (tương ớt tươi xay)

Xa lát

- 1 cốc Farro
- $\frac{1}{4}$ chén nước dùng gà
- 1 $\frac{1}{2}$ muỗng canh sambal oelek (tương ớt tươi xay)
- 1 muỗng canh đường nâu nhạt
- 1 muỗng canh nước cốt chanh mới vắt
- 1 pound ức gà không xương, không da, cắt thành khối 1 inch
- 1 muỗng canh bột bắp
- 1 muỗng canh nước mắm
- 1 muỗng canh dầu ô liu

- 2 tép tỏi, băm nhỏ
- 1 củ hẹ, băm nhỏ
- 1 muỗng canh gừng tươi xay
- Muối Kosher và hạt tiêu đen mới xay, vừa ăn
- 2 chén cải xoăn thái nhỏ
- 1 ½ chén bắp cải tím thái nhỏ
- 1 chén giá đỗ
- 2 củ cà rốt, gọt vỏ và xay nhuyễn
- ½ chén lá ngò tươi
- ¼ chén đậu phộng rang

Hướng

a) ĐỐI VỚI SỐT ĐẠI CƯƠNG: Đánh đều bơ đậu phộng, nước cốt chanh, nước tương, đường nâu, sambal oelek và 2 đến 3 thìa nước vào một cái bát nhỏ. Đậy nắp và để lạnh tối đa 3 ngày.

b) Nấu món farro theo hướng dẫn trên bao bì; để qua một bên.

c) Trong khi nấu món farro, trong một cái bát nhỏ, trộn đều nước kho, sambal oelek, đường nâu và nước cốt chanh; để qua một bên.

d) Trong một tô lớn, trộn thịt gà, bột ngô và nước mắm, trộn đều và để gà ngấm bột ngô trong vài phút.

e) Đun nóng dầu ô liu trong chảo lớn trên lửa vừa. Thêm gà và nấu cho đến khi vàng, từ 3 đến 5 phút. Thêm tỏi, hẹ tây và gừng vào rồi tiếp tục nấu, khuấy thường xuyên cho đến khi có mùi thơm, khoảng 2 phút. Khuấy hỗn hợp nước kho và nấu cho đến khi hơi đặc lại, khoảng 1 phút. Nêm muối và hạt tiêu cho vừa ăn.

f) Chia farro vào hộp đựng chuẩn bị bữa ăn. Phủ thịt gà, cải xoăn, bắp cải, giá đỗ, cà rốt, ngò và đậu phộng lên trên. Sẽ bảo quản trong tủ lạnh từ 3 đến 4 ngày. Ăn kèm nước sốt đậu phộng cay.

91.Gà bọc đậu phộng kiểu Thái

Thành phần

Nước sốt đậu phộng cà ri dừa

- $\frac{1}{4}$ cốc nước cốt dừa nhẹ
- 3 muỗng canh kem bơ đậu phộng
- 1 $\frac{1}{2}$ muỗng canh giấm rượu gạo
- 1 muỗng canh nước tương giảm natri
- 2 muỗng cà phê đường nâu đậm
- 1 muỗng cà phê nước sốt tỏi ớt
- $\frac{1}{4}$ thìa cà phê bột cà ri vàng

Bọc

- 2 $\frac{1}{2}$ chén gà quay thái hạt lựu còn sót lại
- 2 chén bắp cải Napa cắt nhỏ
- 1 chén ớt chuông đỏ thái mỏng
- 2 củ cà rốt, gọt vỏ và cắt thành que diêm
- 1 $\frac{1}{2}$ muỗng canh nước cốt chanh mới vắt
- 1 muỗng canh dầu ô liu sốt mayonnaise
- Muối Kosher và hạt tiêu đen mới xay, vừa ăn

- Phô mai kem ít béo 3 ounce, ở nhiệt độ phòng
- 1 thìa cà phê gừng tươi xay
- 4 gói bánh tortilla cà chua khô (8 inch)

Hướng

a) ĐỐI VỚI SỐT ĐẬU CÀ DỪA: Trộn đều nước cốt dừa, bơ đậu phộng, giấm rượu gạo, nước tương, đường nâu, sốt tỏi ớt và bột cà ri trong một tô nhỏ. Dành 3 thìa cho thịt gà; làm lạnh phần còn lại cho đến khi sẵn sàng phục vụ.

b) Trong một tô lớn, trộn thịt gà và 3 thìa nước sốt đậu phộng rồi trộn đều cho đến khi ngấm đều.

c) Trong một bát vừa, trộn bắp cải, ớt chuông, cà rốt, nước cốt chanh và sốt mayonnaise; nêm muối và hạt tiêu cho vừa ăn.

d) Trong một bát nhỏ, trộn kem phô mai và gừng; nêm muối và hạt tiêu cho vừa ăn.

e) Trải đều hỗn hợp phô mai kem lên bánh ngô, để lại đường viền 1 inch. Đổ hỗn hợp thịt gà và bắp cải lên trên. Gấp hai bên khoảng 1 inch, sau đó cuộn chặt từ dưới lên. Sẽ bảo quản trong tủ lạnh từ 3 đến 4 ngày. Phục vụ mỗi gói với nước sốt đậu phộng cà ri dừa.

92. Chong chóng rau bina Thổ Nhĩ Kỳ

Thành phần

- 1 lát phô mai cheddar
- 2 ounce ức gà tây thái lát mỏng
- $\frac{1}{2}$ chén rau chân vịt non
- 1 bánh tortilla rau bina (8 inch)
- 6 củ cà rốt bé
- $\frac{1}{4}$ cốc nho
- 5 lát dưa chuột

Hướng

a) Đặt phô mai, gà tây và rau bina vào giữa bánh tortilla. Đặt mép dưới của bánh tortilla thật chặt lên trên rau bina và gấp hai bên. Cuộn lại cho đến khi đạt đến đỉnh của bánh tortilla. Cắt thành 6 chong chóng.

b) Đặt các lát chong chóng, cà rốt, nho và dưa chuột vào hộp đựng chuẩn bị bữa ăn. Đậy kín để trong tủ lạnh từ 2 đến 3 ngày.

93. Salad taco Thổ Nhĩ Kỳ

Thành phần

- 1 muỗng canh dầu ô liu
- 1 ½ pound gà tây xay
- 1 gói gia vị taco (1,25 ounce)
- 8 chén rau diếp romaine cắt nhỏ
- ½ cốc pico de gallo (tự làm hoặc mua ở cửa hàng)
- ½ cốc sữa chua Hy Lạp
- ½ chén hỗn hợp phô mai Mexico cắt nhỏ
- 1 quả chanh, cắt thành từng múi

Hướng

a) Đun nóng dầu ô liu trong chảo lớn trên lửa vừa cao. Thêm gà tây xay và nấu cho đến khi chín vàng, từ 3 đến 5 phút, đảm bảo làm nát thịt khi nấu; khuấy đều gia vị taco. Hút mỡ thừa.

b) Đặt rau diếp romaine vào túi bánh sandwich. Đặt pico de gallo, sữa chua và pho mát vào các cốc Jell-O-shot 2 ounce riêng biệt có nắp đậy. Đặt tất cả — gà tây, romaine, pico de gallo, sữa chua, pho mát và chanh — vào hộp đựng chuẩn bị bữa ăn.

94. Salad lọ thủy tinh rất xanh

Thành phần

- $\frac{3}{4}$ chén lúa mạch trân châu
- 1 chén lá húng quế tươi
- $\frac{3}{4}$ cốc sữa chua Hy Lạp 2%
- 2 củ hành xanh, xắt nhỏ
- 1 $\frac{1}{2}$ muỗng canh nước cốt chanh mới vắt
- 1 tép tỏi, bóc vỏ
- Muối Kosher và hạt tiêu đen mới xay, vừa ăn
- $\frac{1}{2}$ quả dưa chuột Anh, thái nhỏ
- 1 pound (4 quả bí nhỏ), thái hình xoắn ốc
- 4 chén cải xoăn thái nhỏ
- 1 chén đậu xanh đông lạnh, rã đông
- $\frac{1}{2}$ cốc phô mai feta ít béo vụn
- $\frac{1}{2}$ chén măng đậu
- 1 quả chanh, cắt thành từng miếng (tùy chọn)

Hướng

a) Nấu lúa mạch theo hướng dẫn trên bao bì; để nguội hoàn toàn và đặt sang một bên.

b) Để làm nước sốt, trộn húng quế, sữa chua, hành lá, nước cốt chanh và tỏi vào tô của máy xay thực phẩm rồi nêm muối và tiêu. Xung cho đến khi mịn, khoảng 30 giây đến 1 phút.

c) Chia nước sốt vào 4 lọ thủy tinh miệng rộng (32 ounce) có nắp đậy. Phủ dưa chuột, mì bí xanh, lúa mạch, cải xoăn, đậu Hà Lan, feta và chồi đậu. Làm lạnh tối đa 3 ngày.

d) Để phục vụ, lắc nội dung trong bình. Ăn ngay, kèm với chanh nếu muốn.

95. Bát chả giò bí ngòi

Thành phần

- 3 muỗng canh kem bơ đậu phộng
- 2 muỗng canh nước cốt chanh mới vắt
- 1 muỗng canh nước tương giảm natri
- 2 muỗng cà phê đường nâu đậm
- 2 thìa cà phê sambal oelek (tương ớt tươi xay)
- 1 pound tôm vừa, bóc vỏ và bỏ chỉ
- 4 quả bí xanh vừa, xoắn ốc
- 2 củ cà rốt lớn, gọt vỏ và bào sợi
- 2 chén bắp cải tím thái nhỏ
- ⅓ chén lá ngò tươi
- ⅓ chén lá húng quế
- ¼ chén lá bạc hà
- ¼ chén đậu phộng rang cắt nhỏ

Hướng

a) ĐỐI VỚI SỐT ĐẠI CƯƠNG: Đánh đều bơ đậu phộng, nước cốt chanh, nước tương, đường nâu, sambal oelek và 2 đến 3 thìa nước vào một cái bát nhỏ. Làm lạnh tối đa 3 ngày, cho đến khi sẵn sàng phục vụ.

b) Trong một nồi nước muối sôi lớn, nấu tôm cho đến khi có màu hồng, khoảng 3 phút. Xả và làm nguội trong một bát nước đá. Thoát nước tốt.

c) Chia bí ngòi vào các hộp đựng chuẩn bị bữa ăn. Phủ tôm, cà rốt, bắp cải, ngò, húng quế, bạc hà và đậu phộng lên trên. Sẽ bảo quản trong tủ lạnh từ 3 đến 4 ngày. Ăn kèm nước sốt đậu phộng cay.

BỮA ĂN ĐÔNG LẠNH

96. Bánh rán bí đỏ

Thành phần

- 4 cốc bí đỏ cắt nhỏ
- ⅓ cốc bột mì nguyên cám màu trắng
- 2 tép tỏi, băm nhỏ
- 2 quả trứng lớn, đánh bông
- $\frac{1}{2}$ muỗng cà phê húng tây khô
- $\frac{1}{4}$ thìa cà phê xô thơm khô
- Nhúm hạt nhục đậu khấu
- Muối Kosher và hạt tiêu đen mới xay, vừa ăn
- 2 muỗng canh dầu ô liu
- $\frac{1}{4}$ cốc sữa chua Hy Lạp (tùy chọn)
- 2 muỗng canh hẹ tươi xắt nhỏ (tùy chọn)

Hướng

a) Trong một tô lớn, trộn bí, bột mì, tỏi, trứng, húng tây, cây xô thơm và nhục đậu khấu; Nêm với muối và hạt tiêu.

b) Đun nóng dầu ô liu trong chảo lớn trên lửa vừa cao. Theo từng mẻ, múc khoảng 2 thìa bột cho mỗi món chiên, cho vào chảo và dùng thìa làm phẳng. Nấu cho đến khi mặt dưới có màu vàng nâu đẹp mắt, khoảng 2 phút. Lật và nấu mặt còn lại, lâu hơn từ 1 đến 2 phút. Chuyển sang đĩa có lót khăn giấy.

c) Ăn ngay với sữa chua Hy Lạp và hẹ nếu muốn.

d) ĐỂ ĐÔNG LẠNH: Xếp các miếng rán đã nấu chín lên khay nướng thành một lớp; đậy kín bằng màng bọc thực phẩm và để đông qua đêm. Chuyển vào túi đông lạnh và bảo quản trong tủ đông tối đa 3 tháng. Khi sẵn sàng phục vụ, nướng ở nhiệt độ 350 độ F trong khoảng 10 đến 15 phút, cho đến khi ấm, lật nửa chừng. Chuyển sang đĩa có lót khăn giấy.

97. Carrot Ginger Soup

Thành phần

- 2 pound cà rốt, gọt vỏ và cắt nhỏ
- 1 củ khoai lang, gọt vỏ và cắt nhỏ
- 1 củ hành ngọt, xắt nhỏ
- 3 tép tỏi
- 1 (¾ inch) miếng gừng tươi, gọt vỏ và thái lát
- 1 muỗng cà phê ớt bột xông khói
- 2 lá nguyệt quế
- 6 chén nước luộc rau, cộng thêm nếu cần
- Muối Kosher và hạt tiêu đen mới xay, vừa ăn
- ⅓ chén lá ngò tươi
- ¼ chén lá bạc hà tươi
- 2 muỗng canh nước cốt chanh mới vắt
- ⅓ cốc kem đặc
- ¼ thìa cà phê ớt bột hun khói (tùy chọn)

Hướng

a) Cho cà rốt, khoai lang, hành tây, tỏi, gừng, ớt bột, lá nguyệt quế vào xào cùng trong lò nướng lớn kiểu Hà Lan; Nêm với muối và hạt tiêu.

b) Đun sôi; giảm nhiệt và đun nhỏ lửa cho đến khi cà rốt mềm, từ 25 đến 30 phút. Khuấy rau mùi, bạc hà và nước cốt chanh. Bỏ lá nguyệt quế đi.

c) Nghiền nhuyễn bằng máy xay ngâm đến độ đặc mong muốn. Nếu súp quá đặc, hãy thêm nước kho nếu cần.

d) Khuấy kem và nấu cho đến khi nóng hoàn toàn, khoảng 2 phút. Dùng ngay, trang trí với ớt bột nếu muốn.

e) ĐỂ ĐÔNG LẠNH: Bỏ kem cho đến khi sẵn sàng phục vụ. Chia phần súp đã nguội vào túi cấp đông có khóa zip và xếp các túi phẳng thành một lớp trong tủ đông. Để phục vụ, thêm kem và hâm nóng trên lửa nhỏ, thỉnh thoảng khuấy đều cho đến khi nóng.

98. Cơm gà phô mai và bông cải xanh

Thành phần

- 1 (6 ounce) gói hỗn hợp gạo hạt dài và lúa hoang
- 3 muỗng canh bơ không muối
- 3 tép tỏi, băm nhỏ
- 1 củ hành tây, thái hạt lựu
- 2 chén nấm cremini, cắt tư
- 1 cọng cần tây, thái hạt lựu
- $\frac{1}{2}$ muỗng cà phê húng tây khô
- 1 muỗng canh bột mì đa dụng
- $\frac{1}{4}$ chén rượu trắng khô
- 1 $\frac{1}{4}$ chén nước luộc gà
- Muối Kosher và hạt tiêu đen mới xay, vừa ăn
- 3 chén bông cải xanh
- $\frac{1}{2}$ cốc kem chua
- 2 chén gà quay xé nhỏ còn sót lại
- 1 chén phô mai cheddar ít béo cắt nhỏ, chia
- 2 muỗng canh lá mùi tây tươi xắt nhỏ (tùy chọn)

Hướng

a) Làm nóng lò ở nhiệt độ 375 độ F.

b) Nấu hỗn hợp cơm theo hướng dẫn trên bao bì; để qua một bên.

c) Đun chảy bơ trong chảo chịu nhiệt lớn trên lửa vừa cao. Thêm tỏi, hành tây, nấm và cần tây vào nấu, thỉnh thoảng khuấy đều cho đến khi mềm, khoảng 3 đến 4 phút. Khuấy húng tây và nấu cho đến khi có mùi thơm, khoảng 1 phút.

d) Đánh bột cho đến khi có màu nâu nhạt, khoảng 1 phút. Đổ dần dần rượu và nước kho vào. Nấu, khuấy liên tục cho đến khi hơi đặc, từ 2 đến 3 phút; nêm muối và hạt tiêu cho vừa ăn.

e) Khuấy bông cải xanh, kem chua, thịt gà, $\frac{1}{2}$ cốc phô mai và cơm. Nếu đông lạnh thịt hầm để sử dụng sau, hãy dừng ở đây và chuyển sang bước 7. Nếu không, hãy rắc $\frac{1}{2}$ cốc phô mai còn lại.

f) Chuyển chảo vào lò nướng và nướng cho đến khi thịt hầm sủi bọt và đun nóng trong khoảng 20 đến 22 phút. Dùng ngay, trang trí với rau mùi tây nếu muốn.

g) Đông cứng.

99. Súp tortilla gà và quinoa

Thành phần

Dải bánh tortilla nướng

- 4 bánh ngô, cắt thành dải mỏng
- ½ muỗng cà phê ớt bột, hoặc nhiều hơn tùy khẩu vị
- Muối Kosher và hạt tiêu đen mới xay, vừa ăn
- 1 muỗng canh dầu ô liu

Canh

- 1 pound ức gà không xương, không da
- Muối Kosher và hạt tiêu đen mới xay, vừa ăn
- 3 tép tỏi, băm nhỏ
- 1 củ hành tây, thái hạt lựu
- 1 quả ớt chuông xanh, thái hạt lựu
- 2 muỗng canh bột cà chua
- 1 thìa ớt bột
- 1 ½ thìa cà phê thì là xay
- 1 thìa cà phê lá oregano khô
- 8 cốc nước luộc gà

- 1 (28-ounce) lon cà chua thái hạt lựu
- 1 (15 ounce) lon đậu đen, để ráo nước và rửa sạch
- 1 $\frac{1}{2}$ chén hạt ngô (đông lạnh, đóng hộp hoặc rang)
- $\frac{1}{2}$ cốc quinoa
- Nước ép 1 quả chanh
- $\frac{1}{2}$ chén lá ngò tươi xắt nhỏ
- Tùy chọn trang trí: phô mai cheddar cắt nhỏ, hành tím băm, lát ớt jalapeño, lá ngò

Hướng

a) ĐỐI VỚI DẢI TORTILLA: Làm nóng lò nướng ở nhiệt độ 375 độ F. Thoa nhẹ dầu lên khay nướng hoặc phủ một lớp xịt chống dính.

b) Trải các dải bánh tortilla thành một lớp trên khay nướng đã chuẩn bị sẵn; nêm bột ớt, muối, tiêu và phủ một lớp xịt chống dính. Nướng cho đến khi giòn và vàng, từ 10 đến 12 phút, khuấy nửa chừng; Đặt sang một bên và để nguội.

c) Đun nóng dầu ô liu trong nồi lớn hoặc lò nướng kiểu Hà Lan ở lửa vừa. Nêm gà với muối và hạt tiêu. Cho gà vào nồi và nấu cho đến khi vàng, từ 2 đến 3 phút mỗi mặt; di chuyển một cái đĩa và đặt sang một bên.

d) Cho tỏi, hành tây và ớt chuông vào nồi rồi nấu, thỉnh thoảng khuấy đều cho đến khi mềm, khoảng 3 đến 4 phút. Khuấy bột cà chua, bột ớt, thì là và rau oregano rồi nấu cho đến khi có mùi thơm, khoảng 1 phút. Cho thịt gà vào cùng với nước luộc, cà chua, đậu đen và ngô. Đun sôi; giảm nhiệt và đun nhỏ lửa, không đậy nắp, cho đến khi gà mềm và chín trong khoảng 20 đến 25 phút. Lấy gà ra khỏi nồi và xé nhỏ bằng hai chiếc nĩa.

e) Cho gà xé nhỏ vào nồi cùng với quinoa và đun nhỏ lửa, không đậy nắp, cho đến khi quinoa mềm, từ 15 đến 20 phút. Khuấy nước cốt chanh và ngò rồi nêm muối và hạt tiêu cho vừa ăn.

f) Dùng ngay với các dải bánh tortilla nướng và trang trí thêm nếu muốn.

100. Bánh tamale Thổ Nhĩ Kỳ với vỏ bánh ngô

Thành phần

đổ đầy

- 1 muỗng canh dầu ô liu
- 1 pound ức gà tây xay
- 2 tép tỏi, băm nhỏ
- 1 củ hành tây, thái hạt lựu
- 1 hạt tiêu poblano vừa, bỏ hạt và thái hạt lựu
- 2 thìa cà phê ớt bột
- 1 thìa cà phê lá oregano khô
- ¾ thìa cà phê thì là xay
- Muối Kosher và hạt tiêu đen mới xay, vừa ăn
- 2 lon (14,5 ounce) cà chua hầm kiểu Mexico
- 1 chén hạt ngô
- 2 muỗng canh lá ngò tươi cắt nhỏ

Vỏ bánh ngô cheddar-ngò

- ½ chén bột ngô vàng
- ¼ chén bột mì đa dụng

- 1 thìa cà phê bột nở
- $\frac{1}{4}$ thìa cà phê muối kosher
- $\frac{3}{4}$ cốc sữa bơ ít béo
- 1 trứng lớn
- 1 muỗng canh bơ không muối, tan chảy
- $\frac{3}{4}$ cốc phô mai cheddar cắt nhỏ
- $\frac{1}{4}$ chén lá ngò tươi xắt nhỏ

Hướng

a) Làm nóng lò ở nhiệt độ 425 độ F. Thoa nhẹ dầu vào 6 chiếc ramekins (10 ounce) hoặc phủ một lớp xịt chống dính.

b) ĐỂ LÀM ĐẦY: Đun nóng dầu ô liu trong chảo lớn trên lửa vừa cao. Thêm gà tây xay, tỏi, hành tây và poblano. Nấu cho đến khi gà tây chuyển sang màu nâu, từ 3 đến 5 phút, nhớ nghiền nát gà tây khi nấu. Khuấy bột ớt, lá oregano và thì là; Nêm với muối và hạt tiêu. Hút mỡ thừa.

c) Khuấy cà chua và bẻ chúng bằng mặt sau của thìa. Đun sôi rồi cho ngô và ngò vào khuấy đều. Chia hỗn hợp vào các khuôn ramekin đã chuẩn bị sẵn.

d) ĐỐI VỚI LỚP: Trộn bột ngô, bột mì, bột nở và muối vào tô vừa. Trong một cốc đo thủy tinh lớn hoặc một cái bát khác, đánh đều bơ sữa, trứng và bơ. Đổ hỗn hợp ướt lên các nguyên liệu khô và dùng thìa cao su khuấy đều cho đến khi ẩm. Thêm phô mai và ngò vào, trộn nhẹ nhàng để kết hợp.

e) Phủ đều hỗn hợp vỏ bánh lên trên phần nhân ramekins. Đặt lên khay nướng và nướng cho đến khi có màu vàng nâu và vỏ bánh chín, khoảng 25 phút. Để nguội trong 10 phút trước khi dùng, trang trí thêm lá ngò.

f) ĐỂ ĐÔNG LẠNH: Không làm vỏ bánh cho đến ngày phục vụ. Chuẩn bị nhân ở cuối bước 3, sau đó dùng màng bọc thực phẩm bọc kín từng khuôn ramekin. Đóng băng lên đến 3 tháng. Để phục vụ, loại bỏ bọc nhựa. Bọc các ramekins bằng giấy nhôm và nướng ở nhiệt độ 425 độ F trong 45 phút trong khi làm vỏ bánh. Mở ramekins và phủ hỗn hợp vỏ bánh lên trên. Nướng thêm 20 đến 30 phút nữa cho đến khi chín hoàn toàn.

PHẦN KẾT LUẬN

Ăn uống đúng cách không chỉ là nói không với những thứ không tốt cho sức khỏe mà còn là nói đồng ý với những món thay thế vừa ngon vừa được chuẩn bị sẵn và đang chờ bạn.

www.ingramcontent.com/pod-product-compliance
Lightning Source LLC
La Vergne TN
LVHW011311061026
849535LV00005B/1501